తగటు

తెలుగు కన్నడ తులనాత్మక వ్యాసాలు

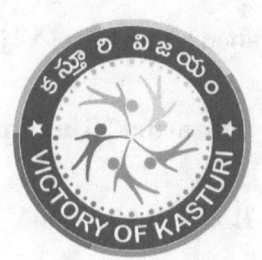

కస్తూరి విజయం
VICTORY OF KASTURI

డా॥ బి. నాగ శేషు

Tagatu
(Telugu-Kannada Tulanatmaka Vyasalu)

Author: **Dr. B. Nagaseshu**

Published by **Kasturi Vijayam**

© **Kasturi Vijayam**

ISBN: 978-93-5566-372-6

Table of Contents

నేనొచ్చిన దారిపొడవునా.... 1

దాక్షిణాత్య సాహిత్యంలో తొలిదశ కవయిత్రులు 5

చందమామ కథలు – బాల సాహిత్యం 11

"తెలుగు-కన్నడ సాహిత్యంలో ఆస్థాన 17

"చరిత్రమరచిన పాలెగత్తె వన్నూరమ్మ" 31

ఛిద్రమైన జోగినిల "బతుకు" చిత్రణ 38

ప్రాచీన మహిళా సాహిత్యంలో 46

'అక్క, వెంకమ్మల భక్తి – దేహవిరక్తుల సారూప్యత, తులనాత్మకత' 49

పురాణ – జానపద కథల్లో బీరప్ప 54

కన్నడ నవ్యకథాలోకం – పరిచయం 59

శ్రమైకజీవనమే భక్తి 62

రావిశాస్త్రి నవలలు – కథనరీతులు 72

కారా కథల్లో స్త్రీ పాత్రలు 76

కథల సేద్యగాడు హరికిషన్ 80

నేనొచ్చిన దారిపొడవునా....

ప్రామాణికంగా ఏ పని చేసినా మనం ఊహించిన దాని కన్నా గొప్ప ఫలితాలను పొందుతాం అని నమ్మేమనిషిని నేను. నా జేబులోని అక్షరాలన్నింటిని పంట పోగులుగా నేసి, జరీపోగును జతచేసి తగటు రూపంలో తీసుకువస్తున్నాను. అన్నట్టు తగటు అంటే ఏందప్పా అని తెగ ఆలోచించకండి. తగటు బంగరు చీర కట్టె, కురుల పువ్వుల సరులుజుట్టి, అనే గురజాడ కన్యక గేయాన్ని ఒకసారి గుర్తు చేసుకుంటే సరి.

ఈ పుస్తకంలోని వ్యాసాలన్నీ చాలా వరకు, తెలుగు -కన్నడ భాషల్లోని వివిధ అంశాలకు సంబంధించిన విషయాలను తులనాత్మకంగా పరిశీలన చేసి రాసినవి. వివిధ మాస పత్రికల్లో అచ్చైనవి,జాతీయ అంతర్జాతీయ సదస్సుల్లోపత్ర సమర్పణ చేసినవి.

తెలుగు కన్నడ భాషలు నేను చదువుకోవడం వల్ల తెలుగు నుండి కన్నడ భాషలోకి, కన్నడం నుండి తెలుగులోకి అనువాదం చేస్తున్నాను దాంతోపాటు తెలుగు -కన్నడ తులనాత్మక సాహిత్య అధ్యయనం కూడా చేస్తున్నాను.ఇరుగు -పొరుగు పుస్తకాన్ని ఆదరించినట్టే, తగటు పుస్తకాన్ని కూడా ఆదరించి అక్కున చేర్చుకుంటారనే ఆశతో మీ ముందుంచుతున్నాను.

మనం మన పక్కనున్నవాళ్ళను మెచ్చుకోలేము. మన చుట్టూ ఉండే వాళ్లంటే ఎందుకో మనకు చాలా చులకన. ఎక్కడో ఉండే వాళ్లను ఫోనులోనూ, రకరకాలుగా యోగక్షేమాలు వాకబు చేసే మనం మన దగ్గరున్న వాళ్ల మొహం మీద కనీసం ఒక చిరునవ్వును కూడా పడేయలేం. భార్య చేతి వంట బాగున్నా కూడా బాగుందని చెప్పలేని అవిటికుండలం. అక్కరుకు రాని ఏదో అద్దుతనం. నిరంతరం మనతో ఉండే భార్యను పగలంతా నానా తిట్లు తిట్టి, రాత్రయ్యేసరికి ఆమె పక్కన చేరిపోతాం, అప్పుడైనా మనకు అనిపించదు మనతో ఉండేవాళ్ళు విలువైన వాళ్ళని, తప్పక కలిసి ఉండాలని, గౌరవించుకోవాలని.

బంధాలన్నీ చాలా వరకు చిన్న చిన్న కారణాలకే ఛిద్రమైపోతుంటాయి. అహంకారం వీడి మన చుట్టూ ఉండే బంధుబలగాన్ని, స్నేహితులను, శ్రేయోభిలాషులను ఆప్యాయంగా పలకరించి హాయిగా మాట్లాడిస్తే ఆ ఆనందం వేరేగా ఉంటుంది.

అక్షరంతో ఏర్పడిన బంధాలు అక్షరం ఉండే వరకూ ఉంటాయి. మనం ఎందుకు రాస్తున్నాం అనే ప్రశ్న మనలో కలిగినప్పుడు మనలో పుట్టే సాహిత్యం, రాతలు విలువైనవిగా సమాజానికి ఉపయోగపడేలా ఉంటాయి. వ్యక్తి కేంద్రంగా కానీ, మతం కేంద్రంగా గాని, కులం కేంద్రంగా గాని చేసే రచనల వల్ల కేవలం పరిమితంగా ఉండిపోతాయి. రచయిత వెలుగును ప్రసాదించాలి. ఇక అవార్డుల కోసం రాసే వారి గురించి చెప్పక్కర్లేదు. (అవి ఇక్కడ మాట్లాడుకో రాదు కూడా) నాకైతే తాను తినడానికి తిండి లేని పేదరికం, నా ఆకలికి సరైన సమయానికి తిండి ఒదిగించలేని మా అమ్మ, నిత్యం కాయిలాతో పడుండే నన్ను సగం చినిగిన పాత చీరను జోలగా వేసి తన ఆకలి పేగులు మొరుగుతున్నా, వాటిని కమ్మటి రాగాలుగా గొంతులో పలికించే మా

అమ్మ జోల పాటలు, తను చెప్పులేసుకోకుండా నా కాళ్లకు చెప్పులేయించిన మా అప్ప,(నాన్న) పేదరికపు పాతాళంలోకి పడిపోయిన మాకుటుంబాన్ని ఒడ్డుకు చేర్చాలని వయసును కూడా ఆలోచించకుండా చిన్నతనంలోనే బాధ్యతగా కుటుంబాన్ని నెత్తికేసుకుని తిండి కోసం జీతాలు ఉన్న మా అన్నలు, నా స్థితిని తెలుసుకుని ఉన్నత స్థితికి చేరుకోవడానికి సహాయం అందించిన నా స్నేహితులు, ఎక్కడ ప్రయాణం చేసినా ఆంధ్రదేశమంతా ఆప్యాయంగా పలకరించే అక్షర నేస్తగాళ్లు. ఇంతమంది నా ఎదుగుదలను ఆశిస్తుంటే ఇంతకుమించిన సిరితనం, అవార్డులతనం ఇంకేం కావాలి ?. వీరందరినీ నేను మరువుగలనా. ఇవన్నీ ఇక్కడ ఎందుకు చెప్తున్నాడు అని అనుకుంటున్నారా నేను పెంచుకుంటున్న స్నేహపు చెట్లు మీరంతా అందుకే ఆ చెట్టు కింద సేదతీరాలని మీతో పంచుకుంటున్నాను. సందర్భమో, సంకోచమో, బాధో, సుఖమో, నెగిటివ్ గానో, పాజిటివ్ గానో, నువ్వు రాసిన పదముకాని, వాక్యముకాని, శోధనకాని, వేదనకానీ, కథకానీ, కవితకానీ పరుల మనసును పరామర్శిస్తే ఆ రచయిత జీవితం ధన్యం.

తగటు పుస్తకం ఇరుగుపొరుగు పుస్తకంతో పోలిస్తే కాస్త త్వరగా వచ్చినట్లే. కొంత ఆలస్యం కావడానికి కారణాలు చాలా ఉన్నాయి. ఇప్పుడు వ్యాసాలతో పాటు కథలు, కవిత్వం కూడా రాస్తున్నాను, త్వరలో వాటితో మీ ముందుకు వస్తాను. ఎవరెస్ట్ ఇన్ మైండ్, అనే పుస్తకం తెలుగులో పామిరెడ్డి సుధీర్ రెడ్డి గారు రాసిన పుస్తకాన్ని కన్నడంలోకి అనువాదం చేశాను. కల్పనా రెంటాల గారు రాసిన ఐదోగోడ, కథలను కూడా కన్నడంలోకి అనువదిస్తున్నాను. మరికొన్ని పుస్తకాలు అనువాదం చేస్తున్నాను.

నా ఎదుగుదలకు దారివేసిన నా గురువులు ఆచార్య కె. ఆశాజ్యోతి గారు వీరి రుణం ఎలా తీర్చుకునేది. నిత్యం నన్ను ప్రోత్సహిస్తూ, నేను ఇంత ఎత్తుకు ఎక్కడానికి ఎత్తిన చేతులు నా స్నేహాలు వారికి ఏ విధంగా నేను రుణం తీర్చుకునేది. ఒక పూట భోజనం పెట్టిన వారి నుండి ఒక రూపాయి నాకు సహాయం చేసిన ప్రతి ఒక్కరిని నేను జీవితాంతం గుర్తు చేసుకుంటాను. పేర్లు చెప్పకపోయినా సహాయం చేసిన వారందరూ నా జీవనవృక్షానికి వేర్లు లాంటివారు. ఉద్యోగ అవకాశం కల్పించి, అందులో నిత్యం మెలకువలు నేర్పుతూ, నా ఉన్నత స్థితికి ప్రోత్సాహాన్నందిస్తున్న ఆచార్య ఎం. రామనాథం నాయుడు గారికి హృదయపూర్వక కృతజ్ఞతలు. మిసిమి, సాహిత్య ప్రస్థానం, సాహిత్యప్రస్థానం, ప్రజాసాహితి, భూమిక, భావవీణ వివిధ మాస పత్రికల యాజమాన్యాలకు నా మనఃపూర్వక కృతజ్ఞతలు. నాకు అన్ని మెలకువలతో పాటు, నాకు ఆర్థికంగా ఎప్పుడు అండగా నిలుస్తున్న నా అక్షరాల్లోని ఒత్తక్షరం సద్దపల్లి చిదంబర రెడ్డి గారికి, అశ్వత్తనారాయణ, కొండారెడ్డి, గంగాధర్ లకు హృదయపూర్వక కృతజ్ఞతలు. నాకు ఏదైనా సందేహం వస్తే నివృత్తి చేస్తూ, గైడ్ లా నన్ను ప్రోత్సహిస్తున్న ఆచార్య రాచపాలెం చంద్రశేఖర్ రెడ్డి, ఆచార్య. ఆర్. వి.ఎస్. సుందరం, ఆచార్య జి.ఎస్. మోహన్, ఆచార్య దార్ల వెంకటేశ్వరరావు, డా. రాసాని, బండినారాయణ స్వామి, మల్లెల గారికి హృదయపూర్వక నమస్కారాలు. కరోనా సమయంలో మమ్మల్ని ఆదుకుని అన్నం పెట్టిన సంస్థ, ప్రాచీన తెలుగు

విశిష్ట అధ్యయన కేంద్రం, భారతీయ భాషా సంస్థ, మైసూరు. సహఉద్యోగులు మిత్రులు సతీశ్, రమేష్ ఇంకా సహోద్యోగులందరికీ పేరుపేరునా ధన్యవాదాలు, నమస్కారాలు తెలియజేస్తున్నాను. నన్ను నిత్యం నూతనంగా అడుగులు వేయించాలని కోరుకునే, నా విద్యార్థులు రవి, అనీల్, సోమశేఖర్, మదన్మోహన్ రెడ్డి, వీరే కాకుండా చాలామంది నా ప్రియశిష్యలోకం అందరికీ పేరుపేరునా ధన్యవాదాలు తెలుపుతున్నాను. కొంతమంది పేర్లుమాత్రమే ప్రస్థావిస్తున్నా అంతే ఇంకా చాలామంది నా అభ్యుదయాన్ని కోరుకునేవారున్నారు వీళ్ళందరివల్లే నేను ఇక్కడ ఈ నాలుగు మాటలు రాయగలుగుతున్నాను, రాసినవిషయాలు పంచుకునేంత సంతోషంగా ఉండగలుగుతున్నాను. నా మీద అభిమానాన్నికానీ, ప్రేమనుకానీ కనీసం వెల్లడించలేని అజ్ఞాతవాసులందరికీ నాహృదయపూర్వక కృతజ్ఞతలు. నా బాల్య స్నేహితుడు మంజునాథ్, కు ధన్యవాదాలు. నా పిల్లలు నేను రాసుకుంటూ కూర్చుంటే విసుక్కోకుండా చిన్న చిన్న నా అవసరాలు తీరుస్తూ నాకు సహకారం అందిస్తున్న గగన–తపన్ ఇద్దరికీ నా ధన్యవాదాలు. నాకన్ని సపర్యలు చేసి 'సహ'కరిస్తున్న కె. ఉమాదేవికి ధన్యవాదాలు. నా పరిశోధనకు ఆర్థికంగా సహాయం అందించి, నా ఎదుగుదలను నిస్వార్థంగా ఎదురుచూసిన కె.కృష్ణకుమారి రుణం ఎలా తీర్చుకోగలను. నా ఇద్దరి పిల్లలను పెంచి పెద్ద చేసిన మా వదినమ్మలు లక్ష్మీదేవి, రత్నమ్మ, కుమారుడు అనీల్ ను అందరినీ ప్రేమగా నా మనసులో వారిని ఎప్పుడూ స్పృశిస్తూ ఉంటాను. ఇంకా చాలామంది పేర్లు చెప్పాలని ఉంది అయితే అందరి పేర్లు చెప్తే అదే ఒక పుస్తకం అవుతుంది. చివరిగా నన్ను ప్రేమించే వాళ్ళు, నన్ను ద్వేషించే వాళ్ళు, నన్ను నమ్మిన వాళ్లు, నమ్ముకున్నోళ్లు అందరికీ పేరుపేరునా నా హృదయపూర్వక కృతజ్ఞతలు తెలియజేస్తున్నాను. ఈ పుస్తకం అచ్చు వేయడానికి నాకన్నా వేగంగా నన్ను ఉత్సాహపరిచి అనుక్షణం ప్రేరణను నింపుతున్న కస్తూరి విజయం వారికి మనఃపూర్వకంగా కృతజ్ఞతలు తెలియజేస్తున్నాను. పేర్లు చెప్పకపోయినా ఇంకా చాలామంది నన్ను ఇంతవాన్ని చేశారు ఎవ్వరినీ మరచిపోలేదు, మరచిపోను కూడా, మీ అందరికీ పేరుపేరునా కృతజ్ఞతలు.

ప్రేమతో

మీ

నాగశేషు

దాక్షిణాత్య సాహిత్యంలో తొలిదశ కవయిత్రులు

ప్రాచీన సాహిత్యంలో స్త్రీలు రచన చేయడానికి సరైన మేధో సంపత్తి, విద్య ఉన్నా కూడా, వారికున్న అప్పటి పరిమితులు, వారి దృక్పథం,రచనా వ్యాసంగం పట్ల అనాసక్తి, నిర్బంధాలు, కట్టుబాట్లు, అంతకుమించి స్త్రీ రచనా సాంప్రదాయం ఆకాలం నాటికి లేకపోవడం వల్ల మహిళా కవయిత్రులు ప్రారంభదశలో అరుదుగా కనిపించడానికి కారణంగా చెప్పుకోవచ్చు. వీటన్నిటినీ ఛేదించుకొని సీతాకోక చిలుకలుగా పేరుతెచ్చుకొన్న విదుషీమణులూ లేకపోలేదు.అయితే వీరిలో వారి జీవిత కాలాదులు సరిగా తెలియకపోవడం, రచనలు అలభ్యం కావడంతో మనిషి ఉండి నీడ లేనట్లు, నీడ ఉండి మనిషి లేనట్టు అయిపోయింది.లభ్యమవుతున్న ఆధారాలను బట్టి దాక్షిణాత్యసాహిత్యంలోని తొలిదశ కవయిత్రులను పరిచయం చేస్తున్నాను. తమిళ సాహిత్యంలో కడసంగకాలంలో వెలసిన గ్రంథాలలో అగనానూఋ,పుఅనానూఋ పేర్కొనదగ్గ రచనలు, అగనానూఋ ప్రణయగీతాలకు సంబంధించిన గ్రంథం,పురనానూఋ వీరగీతాల సంపుటం.ఈ రెండు గ్రంథాల్లోను తమిళ మహిళల విషయాలను తెలుసుకోవచ్చు, సంగం కాలానికి పురుషులతో పాటు స్త్రీలు కూడా విద్యాభ్యాసం చేశారని, పలువురు మహిళలు విదుషీమణులై ఉండేవారని, వారికి సంఘంలో విశేష గౌరవాలు దక్కేవని తెలుస్తుంది. సంగీత సాహిత్యాలలోనే కాకుండా ఇతర శాస్త్రాల్లోను పాండిత్యాన్నిగడించారని అవగతమవుతున్నది. సంగంకాలానికే యాభై మంది కవయిత్రులుండేవారు, పుఅనానూఋ గ్రంథంలో ఒక వీరనారి, ఆమె తండ్రి యుద్ధభూమిలో అశువులుబాస్తాడు, ఆమె భర్త కూడా యుద్ధవీరుడే,శత్రువుల అధీనంలో ఉండే ఆలమందలను తనవశం చేసుకొని యుద్ధంలో చనిపోతాడు. ఈ వార్తలు విని కంటతడి పెట్టలేదు,ధైర్యంగా ఆమె తనకొడుకును దగ్గరకు తీసుకొని తలకు నూనె రాసి,జుట్టుముడి వేసి తెల్లని గుడ్డలు వేసి చేతికి ఖడ్గం ఇచ్చి యుద్ధభూమికి వెళ్లమని ఆదేశించింది. ఇక్కడ తెలుగులో చానమ్మ గుర్తుకువస్తుంది ఈ వీరగాధను 'మాశాత్తియార్' పద్యరూపంలో రచించారు.(పుట.269 అఖిలభారత కవయిత్రులు) ఈమెను తొలి కవయిత్రిగా తమిళసాహిత్యంలో కీర్తింపబడలేదు. తొలిదశలో ఇంచుమించు దేశభక్తికి సంబంధించిన సాహిత్యాన్నే రచించినట్లు తెలుస్తున్నది. అంతేకాకుండా తమిళ కవయిత్రులలో కాక్కైపాడినియార్, ఈమె లక్షణశాస్త్ర రచంచినట్లు తెలుస్తున్నది కానీ అది అలభ్యం. అళ్యూర్ నన్ ముల్లైయార్, ఈమె సంగకాలానికి చెందిన కవయిత్రుల్లో ఒకరు.ళిరుకాక్కై పాడినియార్, నచ్చెళ్లైయార్,లాంటి కవయిత్రులు అడపా దడపా రచనలు చేసినా వీరి రచనలు అలభ్యం

అందువల్ల వీరికి గుర్తింపు దక్కలేదు.అవ్వైయారు తమిళ తొలి కవయిత్రి అని చెప్తారు, ఈమె సూక్తులను వివరించారు.తొలిదశ తమిళ సాహిత్యంలో అన్ని జాతుల వారు ఉన్నారు, దీనినిబట్టి తెలిసిందేమంటే తమిళ మహిళలు దక్షిణాదిలో పురుషులతో సమానంగా చదువుకోవడం, తద్వారా వారి స్థాన మానాల్లో స్థాయిని పెంచుకోగలిగారు. ఈ విషయాల్లో తెలుగునాడు లోని మహిళలు వెనుకబడ్డారు, ఎప్పుడైతే విద్య లేదో అప్పుడు అన్ని రంగాలలోను స్త్రీలు వెనుబడిపోతారు. జాతి వ్యవస్థ కూడా వీరు వెనుకబడటానికి ప్రధానకారణంగా కనిపిస్తున్నది.

అవ్వైయార్.

ఈమె అసలు పేరు తెలియడంలేదు, కాలం పట్ల కూడా భిన్నాభిప్రాయాలున్నాయి,ఇదే పేరుతో ముగ్గురు వేర్వేరు కాలాలలో ఉన్నారు. సంగ కాలానికి చెందిన అవ్వైయారుకు సంబంధించిన కథలు చాలా ప్రచారంలో నేటికీ ఉన్నాయి, అవ్వైయారు ఒకసారి రాజాస్థానానికి వెళ్లింటుంది, వారు ఎంతో ఆనందంతో సాదర స్వాగతం పలికి,అక్కడున్న ఆయుధశాలను ఈమెకు చూపించారు, ఎలా ఉందో చూశారా అని అడగ్గా ఆమె బిగ్గరగా నవ్వి మారాజు ఆయుధాలు శత్రువులను సంహరించడంతో వంకరలు పోయి నెత్తుటిధారలతో ఉంటాయి. ఇవేంటి ఇంత శుభ్రంగా అలంకరించబడ్డాయి అన్నది. తమిళసాహిత్యంలో అవ్వమాట అమృతతుల్యం అంటారు అంతటి స్థానం సంపాదించుకొన్నది అవ్వైయార్.

కన్నడ ప్రారంభ కవయిత్రి కంతి

కన్నడ సాహిత్యంలో పేరుగాంచిన మొదటి కవయిత్రి ''కంతి'' అని అంటారు. ఈమె అభినవ పంప లేదా నాగచంద్ర కాలానికి చెందిన వారని తెలుస్తున్నది, ఈమె11వ శతాబ్దానికి చెందిన కవయిత్రి.

బౌద్ధులు కన్నడ సాహిత్యానికి ఆద్యులని విమర్శకుల ఊహ తప్పితే, కన్నడ సాహిత్యానికి ప్రారంభకులు జైనులే. పంపమహాకవే ఆదికవి అయినట్లు, జైన కవయిత్రి 'కంతి' ఆది కవయిత్రి అయినట్లు దొరికిన ఆధారాలనుబట్టి తెలుసుకోవచ్చు. కన్నడ మౌఖిక భాషను గ్రంథస్థ భాషగా చేసినవారు జైనకవులే. పంపడు భారతాన్ని రచిస్తే,12వ శతాబ్దపు అభినవ పంప రామాయణాన్ని రచించారు. ''పిరదెనిసిదరె రామ కథెయా కిరిదాగిదె'' ఇదే కన్నడంలో వచ్చిన మొదటి జైన రామాయణం. ఈ అభినవ పంపని సమకాలికురాలే కంతి.

''కంతిఅంటే జైన సన్యాసి అనిఅర్థం. అది ఆమెకు పెట్టిన పేరా లేదా ఆమెకిచ్చిన బిరుదా అనే అనుమానం కూడా సాహిత్యాభిమానుల్లో ఉంది.''

కర్ణాటక చరిత్రలో 12వ శతాబ్దపు ప్రారంభకాలం హొయ్సళ వంశంలో పేరుగాంచిన విష్ణువర్ధనుడు రాజ్యాన్ని పరిపాలిస్తున్న కాలం. పంప, రన్న కాలం నుండి ఆనవాయితీగా వచ్చిన

జైన కావ్య పరంపర ఈ కాలంలో కూడా కొనసాగింది. హొయ్సళ రాజధాని హళేబీడు. వీరి కాలంలో సాహిత్య, సంగీత కళకు ప్రోత్సాహం ఇవ్వాలనే పరంపను కొనసాగించాలనేదే కాకుండా ఇంకా ఎక్కువగా ప్రోత్సాహం ఇవ్వడానికి విష్ణువర్ధనుడి రాజస్థానంలో అభినవ పంప అనే పేరుగల (నాగచంద్ర) విరాజిల్లుతుండేవాడు. ఇతను మల్లినాథ పురాణం మరియు రామచంద్రచరిత పురాణ రచించిన కవి ఇతను. ఆ ఆస్థానంలో అభివవ పంపడికి కవయిత్రి 'కంతి'యే. రాజాశ్రయం ఉన్నా కూడా స్వభావతః కంతికి స్తుతించే అలవాటు లేదు తననెవరూ స్తుతించినా తను అంతగా ఇష్టపడేవారు కాదు.

కంతి, జైన ధర్మానికి చెందిన కవయిత్రి. ప్రతిభా పాండిత్యం ఉన్న కవయిత్రి. ''కంతిపంపన పర సమస్యగలు'' అనే సమస్యను పూరించిన పద్యాలు తప్పితే వేరే కృతి ఏదీ లభ్యం కాలేదు.

ఈ పద్యాలనుండి వారి పాండిత్యాన్ని కొలవడానికి అవకాశం ఉంది. పంపడు ఒక పంక్తిని ఇచ్చి మిగతా పంక్తుల్లో పద్యాన్ని పూరించమని కంతిని కోరడంతో, కంతి దిగ్విజయంగా దానిని పూర్తిచేశారు.పంపడిచ్చిన సమస్యా పూరణాలన్ని వారి ఇంటి సమస్యకు సంబంధించినవై ఉన్నాయి.

కంతిని పరీక్షించడానికి పంపడు నిరోష్ఠ్యమైన పద్యం ఒకటి చెప్పు అని అనగా కంతి ఈ క్రింది పద్యాన్ని చెప్పారు.

"సురనర నాగధీశ్వర
హీర కిరీటాగ్ర లగ్న చరణ సరోజా
ధీరోదార చరిత్రో
త్యాంత కలుక్షాఘ రక్షిసళ్ళరినహా"

కంతికి ఓటమి తెలీదు, పంపడి మరొక సమస్యకూ జవాబిచ్చింది.

"గటె ఇద్దుదు జైన గృహదొళేను విచిత్రం
కట కట సటె యాతదిరై
స్పటికద మణి – భిత్తి బెళెదు భోజన కాలం"

ఈమె తరువాత వచన సాహిత్యం ప్రారంభమయ్యేదాకా కవయిత్రులు లేరు.బసవ యుగంనుండి భక్తి కవయిత్రులు తమ గళాన్ని కన్నడ సాహిత్యంలో వినిపించారు. బసవయుగంతో మహిళలకు రచనా వైదుష్యాన్ని వెలికితీయడానికి అనువైన అవకాశం దొరికినట్లయింది.

శైవ మరియు వైష్ణవ భక్తి మార్గాలు మహిళల ఆశయాలను జీవంతంగా ఉంచాయి. మహిళల్ని పీడిస్తున్న ధార్మిక దిగ్బంధాలను తొలగించారు. స్త్రీకి వివాహం మోక్షదాయని అని

పతిని ప్రత్యక్షదైవంగా చూపించి కల్పనా వాక్కులతో స్త్రీలను మభ్యపరచి స్వతహాగా స్త్రీలు నిర్వహించాల్సిన కర్తవ్యాలను, సాధించాల్సిన విజయాలను నిషేదానికి గురిచేశారు. ఏయే అంశాలు స్త్రీ పురోగమనాన్ని అడ్డుకొంటున్నాయో వాటినన్నింటిని వచన కవయిత్రులు వేర్లతో సహా తొలగించేశారు. స్త్రీ విమోచన స్త్రీ వ్యక్తిత్వం, అస్తిత్వం వచనయుగంలో అప్పుడప్పుడే చిగుర్లుతొడిగాయి. ఆధ్యాత్మిక రంగంలో స్త్రీలను రాక్షసులుగా భావించుకొన్న మధ్యయుగ పురుషుడి ప్రధాన సంస్కృతిగా ఉన్నరోజుల్లో కర్ణాటక శరణులు వ్యక్తం చేసిన లింగ సమానత్వం మనదేశంలోనే మానవత్వాన్ని చాటి చెప్పే సంఘటనగా కనిపించింది.

దక్షిణాదిన తొలిదశ కవయిత్రులైన అవ్వైయార్, చానమ్మ, ప్రోలమ్మ, నాచి, కంతి కవయిత్రుల్లో చానమ్మ ప్రోలమ్మ, దేశభక్తి కి సంబంధించిన చాటువులు చెబితే, కంతి కూడా వీరిలాగే చాటువులు చెప్పారు. తొలిదశ తెలుగు కవయిత్రులు ఏ రాజు ఆశ్రయం పొందలేదు కానీ తమిళ, కన్నడ కవయిత్రులకు రాజాస్థానం దొరికింది, మొత్తంగా ప్రారంభకవయిత్రులకు మంచి తెగింపు, ఓటమి ఎరుగని తత్వం దర్శనమిస్తుంది.కంతి,నాచిలో సంస్కృత సాహిత్య ప్రతిభ కనిపిస్తుంది,కన్నడ, తమిళ కవయిత్రుపైన మతసాహిత్య ప్రభావం కనిపిస్తుంది, తెలుగు కవయిత్రులపై మత ప్రభావం మచ్చుకైనా కనిపించదు.

నాచి.

తెలుగు వారందరూ గర్వించదగిన క్రీ.శ.7వ శతాబ్దానికి చెందిన విదుషీమణి ఏలేశ్వరోపాధ్యాయులంటే వేదవేదాంగపారంగతులు. సర్వశాస్త్రాలలోనిష్ణాతులు, శాస్త్ర విషయాల్లో ఎవరికి ఏ అనుమానం వచ్చినా ఏలేశ్వరోపాధ్యాయులే తీర్చవలసివచ్చేది. అందుకే ఇప్పటికీఎవరన్నా, ఏదయినా విషయం మీద సాధికారికంగా చెబుతుంటే నీవేమన్నా ఏలేశ్వరోపాధ్యాయుడవా అనడంకద్దు. వీరిది పల్నాడు ప్రాంతంలోని (గుంటూరుజిల్లా) ఏలేశ్వరం ఏలేశ్వరోపాధ్యాయుల వారికి ముగ్గురూ కుమార్తెలే. పురుష సంతతి లేదు. నాచి ద్వితీయ కుమార్తె. ఆమెకు చిన్నవయస్సులోనే వివాహమైంది. దురదృష్టవశాత్తూ కొంత కాలానికే భర్తమరణించాడు. వితంతువుగా పుట్టిల్లుచేరింది. పుట్టెడుదుఃఖంలో మునిగిన దశలో ఆమెకు చదువు ఒకఆశారేఖగా తోచింది. నిరంతరం తండ్రి ఏలేశ్వరోపాధ్యాయులవారి సమక్షంలో విద్యార్థులు వల్లించే శాస్త్రపాఠాలు ఆమెలోని జిజ్ఞాసను తట్టిలేపాయి. ఆమెనూ విజ్ఞాన సముపార్జన వైపు అడుగులేయించాయి.

తండ్రి అసమాన ప్రోత్సాహంతో అనతికాలంలోనే నాచి గొప్ప విద్వాంసురాలిగా పేరుతెచ్చుకుంది. నాచి చిన్నతనం నుండి మేధావి కాదనీ, జ్యోతిష్మతి అనే ఆయుర్వేద మూలిక ప్రభావంతో అసమాన మేధా సంపత్తి నార్జించిందనీ లోకంలో ఒక కథ వాడుకలో ఉంది. ఇది నమ్మ శక్యంగాలేదు. గొప్పవారైన వారి గురించి ఇలాంటి ఆధారంలేని గాథలెన్నో

పుడుతూఉంటాయి. తండ్రి గారి గురుత్వంవల్ల, తన కఠోరమైన సాధనవల్ల మాత్రమే ఆమె అంత విద్యనార్జించిందనీ నా నమ్మకం.

ఇంతటి అసమాన విద్యా వైదుష్యం సాధించాక నాచి వివిధ నగరాలలోని పండితులతో శాస్త్ర చర్చలు చేసింది. అనేకమంది కాశీ పండితులను సైతం తన వాదంతో ఓడించింది. జయపతికలనందుకుంది. అనేక బహుమానాలను సన్మానాలను పొందింది. ఎప్పుడో వెయ్యేళ్ళకు ముందు స్త్రీలు గడపదాటడానికే భయపడేరోజుల్లో నాచి దాదాపు భారతదేశమంతాపర్యటించి, అఖండఖ్యాతిని గడించిందనే విషయం తెలుగువాళ్ళమైన మనకెంతో ఆనందాన్ని, గర్వాన్నీ కలిగించక మానదు నాచి సంస్కృతంలో నాచీ2 పేరుతో గొప్ప కరుణ రసాత్మక నాటకాన్నిరచించింది నాడు వితంతువులు సమాజంలో పడుతున్న బాధలు,ఇబ్బందుల్ని ఇతివృత్తంగా స్వీకరించింది. అది ఒక రకంగా ఆమెకథే. కానీ ఈనాటకం ఇప్పుడు అలభ్యం సంస్కృత నాటక కర్తగా నాచి పేరు అజరామరం. పరిస్థితులు ప్రాబల్యం వల్ల కష్టాల కడలిలో చిక్కుకున్న వనితలకు నాచి చరిత ఒక స్ఫూర్తిదాయక పాఠ్యాంశం. జీవితంలో కలిగిన గొప్పలోటును అధిగమించి నిలిచి గెలిచిన నాచి విధివంచిత కాదు విద్యా సమన్విత అని పండితుల అభిప్రాయం. ఈమె సంస్కృతసాహిత్యానికి చేసిన సేవ తప్పితే, తెలుగులో అంత ప్రావీణ్యత చూపలేదు.

చానమ్మ.

ఖడ్గతిక్కన చోళవంశపురాజు మనుమసిద్ధికి ఆయన సామంతుడు కనిగిరి ఎర్రగడ్డపాడు యాదవరాజు కాటమరాజుకు పుల్లరి విషయమై శత్రుత్వం మొదలై పెనుయుద్ధానికి కారణమయింది. సైన్యాధ్యక్షుడైన ఖడ్గతిక్కన వీరోచితంగా పోరాడినా, సైన్యాన్నిపోగొట్టుకొని యుద్ధభూమినుండి వెనక్కివచ్చేస్తాడు. ఖడ్గ తిక్కనభార్యపేరు చానమ్మ, పరాజితుడై ఇంటికి చేరిన భర్తకు రెండు బిందెల నీళ్ళు, పసుపు ముద్ద పక్కన పెట్టిచ్చి స్నానానికి ఏర్పాటు చేసిందంట అలాచేయడానికి కారణం చెప్తూ ఇలాఅంటుంది.

"పగఱకువెన్నిచ్చినచో
నగరే మన మగతనంపునాయకలెందున్
ముగురాడువారమైతిమి
వగపేలాజలకమాడవచ్చినచోటన్"
(ప్రాచీనాంధ్ర కవయిత్రుల స్త్రీ స్వభావ చిత్రణ. పుట 5)

చానమ్మ, ప్రోలమ్మ ఆడవాళ్లు, యుద్ధభూమిలో పోరాడకుండా తిరిగివచ్చిన భర్త కూడా ఆడదానితో సమానమయ్యాడని భర్తలో వీరోచిత బలాన్ని తట్టిలేపుతుంది.

ప్రోలమ్మ.

భార్య చేసిన పరాభవానికే బాధపడుతున్న తిక్కనకు తల్లి ప్రోలమ్మ చెప్పిన మాటలు మరీ అవమానం కలిగించాయి. భోజనంలో అన్ని పదార్థాలను వడ్డించినతల్లి చివరగా విరిగిన పాలను వడ్డించింది. పాలు విరిగి పోయాయని అడిగిన తిక్కనకు ఆమె చెప్పిన సమాధానం ఇది.

"అసదృశముగ నరివీరులం
బస మీఱగ గెలువలేక పందక్రియన్నీ
వసి వైచి విఱిగి వచ్చినం
బసులున్విఱిగినవి తిక్క పాలున్విఱిగెన్." (ప్రాచీనాంధ్ర కవయిత్రుల స్త్రీ స్వభావ చిత్రణ. పుట5ఏ)

భార్య,తల్లి తమ శూలాల వంటి మాటలతో చేసిన పరాభవాలు తిక్కనలో ధైర్యాన్ని రగిల్చాయి. ఉత్తేజితుడైన ఖడ్గతిక్కన తిరిగి యుద్ధభూమికి వెళ్ళి శత్రువులతో పోరాడి విగతజీవి అయినా విజయంసాధించాడు. దేశ స్వాతంత్ర్యంకోసం దేశ రక్షణకు కదుపుతీపిని, తమ మాంగల్యాన్ని లెక్కపెట్టని వీర మాతలుగా నిలిచారు చానమ్మ, ప్రోలమ్మ. వీరి పేరుతో చాటువులు మాత్రమే లభ్యమయ్యాయి మిగతా ఏ రచనలు దొరక్కపోవడం వల్ల వీరిని తొలికవయిత్రులుగా పరిశోధకులు గుర్తించలేదు. ఇక మలయాళ సాహిత్యంలోని కవయిత్రుల్ని ఇతర భాషా కవయిత్రులతో పోల్చి చూసినపుడు సంఖ్యలో తక్కువగానే కనిపిస్తుంది.మళయాల సాహిత్యంలోని ప్రారంభ కవయిత్రులపట్ల ఎలాంటి భేదాభిప్రాయాలు లేవు.మళయాల సాహిత్యంలో కవయిత్రులు ప్రారంభంలోనే అభ్యుదయ సాహిత్యం రాయడం చెప్పుకోదగ్గ విషయం.రాబోయేరోజుల్లో దాక్షిణాత్య ప్రాచీన మహిళా సాహిత్యం మీద తులనాత్మకంగా అధ్యయనం జరిగితే అనేక విషయాలు చర్చకు వచ్చే అవకాశం ఉంది.

★★★★★

చందమామ కథలు– బాల సాహిత్యం

పిట్టలు లేని అడవి,పిల్లలులేని ఇల్లు ఒకటే అనే సామెత అందరికీ తెలిసిందే. అలాగని పిల్లలులేనంతమాత్రాన ఆత్మన్యూనతాభావంతో ఉండాల్సిన అవసరం లేదు, సమాజంలో భాగస్వాములై సాగిపోవలసిందే.

పాఠాలు బోధించే గురువులు పిల్లలు, బాల్యంమనకు చాలా నేర్పిస్తుంది. ఒక కొడుకు దేవుడితో ఒక రోజు ఇలా వేడుకున్నాడట, స్వామి మా నాన్నలాంటి బుద్ధినాకు ప్రసాదించమని అది విన్న తండ్రి మరుసటి రోజు ఉదయం నాలో ఎలాంటి బుద్ధులు ఉండాలని నా కుమారుడు కోరుకుంటున్నాడో అలాంటి సద్గుణాలను నాకు ప్రసాదించు స్వామి అని దేవుని తో వేడుకున్నాడంట. అంతగా పిల్లలు తల్లిదండ్రులను ఆరాధిస్తుంటారు. పిల్లలకు మనం ఇలా నడుచుకోవాలి అని చెప్పక్కర్లేదు, మనం నడిచి చూపించాలి మన నడకను, మన నడవడికను చూసి వారి జీవిత నడవడిక ఉంటుంది. నిజానికి మనం వాళ్లకు నేర్పడం కాదు వాళ్ళని చూసి మనం నేర్చుకోవాలి. కొంతమంది భార్యాభర్తల మధ్య మనస్పర్ధలు వచ్చినా,కన్నబిడ్డలను వదిలి ఉండలేని పరిస్థితి కాబట్టి కలిసి జీవించాలని కలిసి నడుస్తుంటారు పిల్లలకోసం.భార్యాభర్తల మధ్య, బంధువుల మధ్య,స్నేహితుల మధ్య చిన్నపిల్లలు వారధిలా ఉంటారు.

నడక నేర్చుకునే క్రమంలో ప్రతి బిడ్డా, పడుతూ లేస్తూ నడవడానికి, నడకనేర్చుకోవడానికి ఏమాత్రం డీలాపడకుండా ప్రయత్నిస్తుంటాడు. ఈ విషయాన్ని చూస్తే మనకేమనిపిస్తుంది జీవితమంటే ఎన్ని ఒడిదుడుకులెదుర్కొన్నా లేచి నిలబడాలనే సత్యం గుర్తుకు తెస్తుంది. పిల్లలు ఎంత తిట్టుకున్నా అట్లే మళ్ళీ కల్మషం లేకుండా, ఆక్రోశాలు పెంచుకోకుండా తొందరగా ఒకటై కలిసిపోతారు. అదే కదా యోగులు ఋషులు చెప్పేమాట.బాల్యంలో ప్రతిదీ కొత్తదే అవి నేర్చుకునే క్రమంలో తన చుట్టూ ఉన్నది కాకుండా, అంత వరకు పరిచయం లేని విషయాలును కూడా ఇట్టే గ్రహిస్తారు. గోలీకాయలు ఆడేటప్పుడు కెంచాకే గురిపెట్టి కొట్టాలని చూస్తుంటాడు,కెంచాకొడితే మిగతావన్నీ అప్పనంగా వచ్చేస్తాయి. ఒక రకంగా ఏనుగు కుంభస్థలం లాంటిది గోలీలాటలో కెంచాను కొట్టడమంటే, నాయకత్వ లక్షణాలు అక్కడినుంచే పిల్లలు నేర్చుకుంటారు. బాల్యం ఒకతర్కం, బాల్యం ఒక సాహిత్యం, బాల్యం ఒక సంగీతం, బాల్యం ఒక ఉద్యమం, అగ్రహారం బాల్యం అందరికీ ఒకేలాగే ఉంటుంది, వాలాసాలను పక్కనపెడితే, తీర్చిదిద్దే క్రమంలోనే తేడాలుంటాయి. జీవిత జెండాను రెపరెపలాడేలాచేసే పునాది బాల్యం.మన పంతాలు, పట్టింపులన్నీ పసిపిల్లలపైన ప్రదర్శిస్తుంటాం, నీకేం తెలీదు అని వాడి సృజన మనస్సుకు తాళం వేస్తుంటాం. మనకేమో తెగ తెలుసని అర్థంపర్థంలేని ఆవేశాన్ని కుమ్మరిస్తుంటాం వారి మీద, వారితోసమంగామనం నడవగలమా,గెంతగలమా, వారి స్థాయిలో

కల్మషం లేకుండా కనీసం లోచించగలమా,అంతెందుకు పిల్లలతోమనం పోటీ పడడానికి కనీసం ఆ వయసులోకిఎవరైనా వెళ్లగలరా? పెద్దలూ ఆలోచించండి.

అందుకే గాంధీఅంటారు ముసలోల్లనుఏమైనా ఒక మాటఅన్నాకూడాపర్లేదు కానీ, ఒక పసిపిల్లవాడిని మాత్రం తిట్టకండి అంటాడు అంత మహత్వం ఉంది పసిమనసుల్లో.

కొంత మంది బంధువులు కలిసినప్పుడు మా అబ్బాయి సరిగా చదవడు, మా అబ్బాయి పెంకివాడు, మొండివాడని, మావాడు పట్టు పడితే అది ఇవ్వాల్సిందే అని కొంతమంది ఇలా గొప్పలు, తిప్పలు చెప్పుకుంటుంటారు. పిల్లల మధ్య అలాంటి మాటలు మాట్లాడరాదు. చదువులో మా వాడు ముందని, మావాడు వెనకని చెప్పుకుంటుంటారు, అలా నిర్ణయించడానికి మనమెవరు పెద్దయ్యాక ఎవరెవరి జీవితాలు ఎలా మారిపోతాయో ఎవరికి తెలుసు. అందువల్ల అందరిముందు వారినిగురించి తక్కువచేసి మాట్లాడకూడదు. ఆ పసి మనుషుల్ని మనం బాధపెట్టి సాధించేది ఏమీ లేదు.

జీవరాశులన్నింటికీ బాల్యం ఒక కుంజరం (గుడ్ ఫర్ ఎనీ థింగ్) సర్వత్రా శ్రేష్టమైనది, అది కారాదు వారి పాలిట ఇనుప చువ్వల పంజరం. పిల్లల్లో ఉన్న సృజనను వెలికి తీసే వారే గురువులు, పిల్లల్లోని శక్తులకు నూతనోత్తేజం నింపి, వారిని కర్తవ్యదక్షులుగా, వారికొకగురిని ఏర్పరిచేవారే గురువులు. పసిమనసుల్లో ఉన్ననిగూఢశక్తిని ప్రోత్సహించేవారే తల్లిదండ్రులు. వాళ్లేబాధిస్తే, వారే పెడదారిలో ప్రయాణిస్తే, వారే ఒత్తిడికి గురిచేస్తే ఆ పసిమౌనం ఏమని ఎవరికని చెప్పుకునేది. బాల్యానికి సరైన మార్గంలో ప్రోత్సాహం అందించి వారిలో ధైర్యాన్ని నింపడానికి, మానసికపరివర్తనకులుగజేయడానికి బాల్యంలో అనేకకథలు పూర్వం చెప్పేవారు. కథలు విని ప్రభావవంతమైన జీవితాన్ని గడిపిన వారు ఎందరో ఉన్నారు. ఆ వీరుల చరిత్ర మళ్లీ పిల్లలకు కథలరూపంలో అందిస్తుంటాం. బాలసాహిత్యంమీద చిన్నచూపు చూసినప్పటికీ, గట్టి సాహిత్యంమాత్రం వచ్చింది, వస్తూ ఉంది. చందమామ, బాలమిత్ర పత్రికలద్వారా కథా సాహిత్యం సృజించిన వారెందరో ఉన్నారు.

బాలసాహిత్యంపై సోవియట్ ప్రచురణలు చేసిన కృషి అద్వితీయం. ఇది డిజిటల్ యుగం,బాలసాహిత్యం సాంకేతికపరంగా డిజిటల్ రూపంలో అందించాలి. ఎందుకంటే నేడు ఎవరికి ఏ అవసరం వచ్చినా ముందుగా వెతికేది గూగుల్, యూటూబ్ లాంటివాటిలోనే, అందువల్ల బాలసాహిత్యం కూడా డిజిటల్ రూపంలోకి తీసుకురావాలి. పంచతంత్రంకథలు కూడా ఆ రూపంలో కొంతవరకు వచ్చాయి పూర్తిస్థాయిలో రావాల్సినఅవసరం ఉంది. రచయితలకు బాలసాహిత్యం పట్ల నిబద్ధత, పిల్లల పట్ల ప్రేమ, వారి అభిరుచుల పట్ల గౌరవం, నిజాయితీ ఉండాలి పిల్లల స్థాయికి దిగి కాకుండా ఎదిగి చెప్పాలి.

వ్యాయామం, ఆరోగ్యం, పాట, పద్యం, పొడుపుకథలు, జాతీయాలు పిల్లల్లోకి తీసుకెళ్లాలి, రచనల్లో విజ్ఞానం, వినోదం ఉండేలా చూసుకోవాలి.

ఈ వ్యాసంలో బాలసాహిత్యాన్ని బలంగా వినిపించిన, అందరిమామ చందమామపత్రికలో కథలను మీ ముందుంచే ప్రయత్నం చేస్తాను.1948 నవంబర్ మాసంలో పత్రికలోవచ్చిన రెండుకథలను మీతో పంచుకుంటాను అందులో మొదటిది చిత్రమైన త్యాగం, కథా రచయిత వ్రజ మోహన్.

నిజంగా ఇది చిత్రమైనత్యాగమే ఎవరూ చేయనిది, ఊహించనిది. వంగదేశంలో ఇద్దరు శిష్యులు ఒకే గురువు దగ్గర విద్యాభ్యాసం చేసి ఉంటారు, వారిలో ఒకరు చైతన్యుడు రెండవవాడు గధాధర్ . గురువు చాలా మేధావి, విద్యార్థులు అతని కంటే గొప్ప వ్యక్తులు కావాలని ఆరాటపడే వ్యక్తి,దీనికితోడు అంకితభావం కూడా ఆయనలో ఉండేది. ఇలా ఒకే గురువు దగ్గర చదువుకున్న విద్యార్థులు చైతన్యుడు, గదాధరుడు. ఇద్దరూ మంచి స్నేహితులు కూడా, చాలా రోజుల తర్వాత ఒకసారి కలుసుకున్నారు. ఇద్దరూ పరవశించిపోయారు, ఆనందంతో గంతులు వేశారు, అనేక విషయాలు మాట్లాడుకున్నారు. ఒక్కసారిగా బాల్యం తాలూకు జ్ఞాపకాల్లోకి ప్రయాణం చేశారు. చాలా రోజులకు కలుసుకున్నాం, మన గురువు గారికి మనం ఒక మాట ఇచ్చాం గుర్తుందా, ప్రపంచం యావత్తూ దిగ్భ్రమ చెందేలాగా న్యాయశాస్త్రం రచిస్తామని మాటిచ్చాం అని గుర్తు చేసుకున్నారు. అవును ఇదిగో అదే నా చేతిలో ఉన్న పుస్తకం అని గదాధర్ చేతికి ఇచ్చాడు చైతన్యుడు. ఆ పుస్తకాన్ని గదాధర్ తీసుకుని కొన్ని పేజీలు చదివి మధ్యలో నిట్టూర్చాడు, ఎందుకు గదాధర్ విచారపడుతున్నావ్, చెప్పు పుస్తకంలో ఏమైనా తప్పుగాఉందా అని అడిగాడు చైతన్యుడు.లోలోన బాధపడుతున్న సంగతి గమనించి ఏమైంది చెప్పు ఎందుకు అలా బాధ పడుతున్నావు, అని అడిగాడు. వేయి గ్రంథాలు రాసే కన్నా ఒక మిత్రుడి విచారాన్ని తీర్చడంమేలు, ఏమైందో చెప్పు అని అడిగాడు చైతన్యుడు. ఏం చెప్పమంటావు చైతన్య, నా జీవితం మొత్తం ధారపోసి నేను కూడా న్యాయశాస్త్రగ్రంథం రచించాను అని గదాధర్ చెబుతూ, కానీ నీ పుస్తకం చాలా బాగుంది లోకంలో నీ పుస్తకమే ప్రచారమవుతుంది, నీ పుస్తకం ముందు నా న్యాయశాస్త్ర పుస్తకం దిగదుడుపే అవుతుంది అని సమాధానమిచ్చాడు. మిత్రుడి బాధను ఏ విధంగా పోగొట్టాలి అని ఆలోచించి తన చేతిలోని పుస్తకాన్ని పారుతున్న నీటిలోకి విసిరేశాడు చైతన్యుడు.గదాధర్ నిశ్చేష్టుడై నిలిచిపోయాడు అర్థంకాక, ఎందుకురా అంత పని చేశావు అని స్నేహితున్ని వాకబుచేశాడు. ఏముందిరా నీ జీవితాన్ని దీనికోసం వెచ్చించావు, నాదేముంది ఏంకాదు నువ్వు రాసింది బాగా ప్రఖ్యాతి చెందుతుంది, తద్వారా నీకు కావాల్సినంత కీర్తి, డబ్బు వస్తాయి. ఇద్దరూ మిత్రులమే, ఇద్దరూ ఒకే గురుశిష్యులం, ఎవరు రాశారనేదానికన్నా గురువుగారికిచ్చిన మాట నిలబెట్టుకున్నామనేదే ముఖ్యం. నాకు మంచి ఉద్యోగం కూడా ఉంది నేను బ్రతకగలను,నువ్వుసంతోషంగాఉండుఅని గదాధర్ని చైతన్యుడు ఓదార్చాడు. మిత్రుడి సహాయానికి పులకించి పోయాడు.

ఇంకో కథ పక్షిరాజ్యంలో, అనే కథ పిల్లల స్వేచ్ఛ గురించి తెలియజేసే కథ. మారెళ్ళరాజు రాసిన కథ. ఒక ఊరిలో ఒక జమీందారు ఉంటాడు ఆయనకి తోటలు, కోటలు, బోలెడంత డబ్బు ఉంటాయి. దేశంలోని రకరకాల పక్షులు పట్టుకుని పెంచడం ఆయనకు అలవాటు,పక్షుల సంరక్షణకోసం ఒక బంట్రోతును కూడా ఏర్పాటు చేశాడు. జమీందారు గారి ఆస్థానంలో లేని పక్షి ప్రపంచంలోనే ఎక్కడా ఉండదు. అలా పక్షుల్ని ఆయన ఉధ్యానవనంలో ఏరికోరి పెంచుతున్నాడు. ఆ పక్షులను చూసుకునే తోటమాలి కి ఇద్దరు కుమారులు, వారు కూడా పక్షులతో రోజు ఆడుకునేవారు, అలా ఆడుకునే తోటమాలి పిల్లలకు పక్షులమీద జాలి కలిగి వాటిని పంజరం నుండీ ఒక రోజు రాత్రి తప్పించారు. ఉదయం యధాలాపంగా రాజు బయటకు వచ్చి ఉద్యానవనంలో పక్షులను చూశాడు, ఒక్క పక్షి కూడా కనిపించలేదు. పంజరాలన్నీఖాళీగా ఉన్నాయి, రాజుకు కోపం వచ్చింది ఎవరు ఈ పని చేసింది అని కోపంతో ఊగిపోయాడు, అందుకు కారణమైన తోటమాలి బిడ్డల్ని ఇద్దర్ని తీసుకెళ్లి అడవుల్లో వదిలేసి వచ్చారు. మొదట్లో భయపడ్డారు క్రమేపీ ఆ పిల్లలిద్దరూ అడవికి అలవాటు పడ్డారు, పక్షులతో స్నేహం చేశారు ఆ పక్షులే ఆ పిల్లలకు తిండి పెట్టడం, చూసుకోవడం చేశాయి. అడవి ఆ ఇద్దరికీ ఇల్లులా మారిపోయింది. జమీందారి గారి కూతురుకు అనుకోకుండా జబ్బు చేసింది, ఎంతోమంది డాక్టర్లు ఆమె జబ్బును నయంచేయడానికి ప్రయత్నించి విఫలమయ్యారు. చివరికి పంచరంగుల మామిడిపండును తీసుకొస్తే మీ అమ్మాయికి రోగం నయమవుతుందని డాక్టర్లు చెప్పారు. అది ఎక్కడ నుంచి తెచ్చేది, ఎక్కడ దొరుకుతుంది అని ఆలోచించసాగాడు రాజు,పంచరంగుల మామిడి పండు తెచ్చిన వారికి లక్ష రూపాయల బహుమానం కూడా ఇస్తానని ప్రకటించాడు రాజు. ఈ వార్త అడవిలోని ఆ పిల్లలకు చేరుతుంది, ఎలాగైనాతమరాజు కూతురిని కాపాడుకోవాలని చింతచేస్తుండగా, ఆ మామిడిపండును ఒక హంస తెచ్చి ఆ ఇద్దరికీ ఇచ్చింది. తోటమాలి బిడ్డలు రాజు ఆస్థానానికి వచ్చి రాజు గారి కూతురికి పంచరంగుల మామిడిపండును ఇస్తారు, దాంతో రాజు గారి కూతురికి జబ్బునయమై మునుపటిలా ఉంటుంది. రాజు ప్రకటించిన బహుమానం ఇవ్వడానికి ఈ పిల్లల వివరాలు కనుక్కుంటారు.వాళ్ళిద్దరూ పక్షులను వదిలిపెట్టి మీ ఆగ్రహానికి గురై అడవిలో జీవితం గడుపుతున్నవాళ్లుమన తోటమాలి పిల్లలని చెబుతారు. విషయం తెలిసి పిల్లల్ని మళ్లీ అదే ఆ స్థానంలో పెట్టుకోవడంతో కథ ముగుస్తుంది. మనిషైనా, పక్షిఅయినా స్వేచ్ఛగా జీవించాలి, ఒకరి స్వేచ్ఛను హరించే శక్తి, హక్కు ఎవరికీ లేదు.

స్వేచ్ఛగా జీవితాన్ని గడిపి మేధావులైన ఎందరో జీవిత ఉదంతాలు మనం గమనించవచ్చు. పాబ్లో పికాసో చిత్రకారుడిగా సాధించిన విషయం అందరికీ తెలిసిందే, అతి చిన్న వయసులోనే చిత్రకారుడిగా ప్రఖ్యాతి గాంచాడు. గణితంలో శ్రీనివాస రామానుజన్, విజయ్ కృష్ణ ,దాసరి శ్రీనివాస్, కోనేరు హంపి, కే జి ఎస్ ఇలా అనేక మందిని స్మరించుకోవచ్చు. పురాణాల్లోనిత్యం బాల్యంతో ఉండాలని సనకసనందనాదులు పొందిన వరం గురించి మనం

చదువుకున్నాం. వివక్ష, అసమానతలు, చిన్నచూపు, లైంగికవేధింపులుస, అత్యాచారాలు, హింస, ఆధిపత్యం తదితర అంశాలు బాలబాలికల పట్ల శాపంగా మారుతున్నాయి. పౌష్టికాహార లోపం వల్ల చాలామంది పసిపిల్లలు ఆయుష్షు ఉన్నా ఆకలితో పసిమొగ్గగానే వాడిపోతున్నారు. ప్రయోగాలతో స్ఫూర్తి పొందిన జె.బి.ఎస్హాల్డేన్ పదహారేళ్లకే రాయల్స్ సొసైటీబహుమతిని అందుకున్నాడు. సామాన్యులకు సైతం సైన్సు దగ్గరికి వచ్చిన వ్యక్తి నికోలస్ కోపర్నికస్, అనేక నమ్మకాలనుప్రశ్నించి మతగ్రంథాలను ప్రశ్నించి, పరిశీలించి సిద్ధాంతాన్ని ప్రతిపాదించాడు. హోమియోపతి వైద్యాన్ని ప్రపంచవ్యాప్తంగా పరిచయం చేసిన వ్యక్తి శామ్యూల్ హనీమూన్. మేరీ క్యూరీ బాల్యమంతా ఇబ్బందులతో నలిగిపోయింది పరాయి పాలన పాశవిక తత్వాన్ని వ్యతిరేక పరిస్థితులను ఎదుర్కొని చిన్నప్పటినుండే అవన్నీ అనుకూలంగా మార్చుకున్నది చదవకుండా నేరుగా హైస్కూలు విద్యనభ్యసించి ప్రపంచ ప్రఖ్యాతి గాంచిన బెస్ట్ సైంటిస్ట్ గా పేరుపొందారు. అంధులకు లిపిని కనిపెట్టడానికి కృషి చేసిన లూయీ బ్రెయిలీ. బాల్యంలోనే తండ్రిమరణించినా గంగానది ఈదుకుంటూ వెళ్లి చదువుకున్న వ్యక్తి లాల్ బహదూర్ శాస్త్రి మన దేశ ప్రధాని కాగలిగారు. ఇలా చెప్పుకుంటూ పోతే ప్రతి జీవితమూ ఒక పాఠ్యాంశంగా ఉంటాయి, కొన్ని చదవదగ్గ పుస్తకాలు, కొన్ని దాచుకోవాల్సినవి, కొన్ని ముఖచిత్రంతోనే చూడటానికి పరిమితమయ్యేవి, మరికొన్ని పదేపదే చదివించేవిగా ఉంటాయి. ఇలా అనేక రకాల జీవితాలు మన ముందు నిలబడతాయి. బాల్యం అనేది చాలా విలువైనది,బాల్యాన్ని గౌరవించాలి, వాళ్లకు స్వేచ్ఛనివ్వాలి. పిల్లలు ఎలా ఉండాలని మీరు అనుకుంటున్నారో, తల్లిదండ్రుల కూడా అలా ఉండాలి ఉండటానికి ప్రయత్నించాలి. పిల్లల్ని చదువు పైన దృష్టి మల్లించడం భారమైన పని, అయితే తల్లిదండ్రులు దానికి కారణంగా నిలవ కూడదు.

మన భారతదేశం వైద్యపరంగా ఇంకా చాలా అభివృద్ధి చెందాలి, చాలావరకు శిశు మరణాలు తగ్గాయి. శాస్త్రీయత, సృజనాత్మకతకు అవకాశం కల్పించాలి. ఇవన్నీ చేయాలంటే తల్లిదండ్రులు సాహిత్యంచదవాలి, సాహిత్యాన్ని ప్రోత్సహించాలి, సాహిత్యం చదవడంవల్ల వసుధైక కుటుంబభావన కలుగుతుతుంది. బాల సాహిత్యం మీద ఎంతో పరిశోధన జరగవలసి ఉంది, ఆ దిశగా బాలసాహిత్యాన్నిముందుకుతీసుకెళ్లాల్సిన బాధ్యత మనందరి మీద ఉంది. పిల్లల కోసం తన కుటుంబ సభ్యులతో కలిసి ఉండాలి, అప్పుడప్పుడు కొత్త ప్రదేశాలకు తీసుకెళ్లాలి, బంధువులు, మిత్రులతోగడపడంవల్ల మాకింతమంది అండ ఉందనే మానసిక ధైర్యం పిల్లల్లో కలుగుతుంది. ఇవన్నీ చేయడానికి తల్లిదండ్రులు సిద్ధంగా ఉంటేనే అవుతుంది లేదంటే ఎవరికి వారే యమునా తీరే అన్న చందంగా తయారవుతుంది పరిస్థితి. పిల్లలు చెడు అలవాట్లకు బానిసలు కాకుండా చూసుకోవాలి, అందులోపాఠశాల కంటే ముందు ఇల్లు, తర్వాత తల్లిదండ్రులు, గురువులు ఇవన్నీ విజయవంతమైతే సమాజం వికసిస్తుంది, మన దేశం బాగుంటుంది. ప్రపంచంలో భారత దేశానికి గొప్ప స్థానంలభిస్తుంది.

ఆధారగ్రంథాలు.
1. చందమామకథలు–1948, నవంబర్ మాసపత్రిక, హైదరాబాద్.
2. ప్రజాశక్తి దినపత్రిక,2020,చొక్కాపు వెంకటరమణ, విజయవాడ.

కర్నూలు ప్రభుత్వడిగ్రీ కళాశాల వారు బాలసాహిత్యంపై నిర్వహించిన అంతర్జాతీయ సదస్సులో సమర్పించిన పత్రం.
★★★★★

"తెలుగు-కన్నడ సాహిత్యంలో ఆస్థాన (శృంగార) కవయిత్రులు"

తులనాత్మక సాహిత్య పరిచయం:

★తులనాత్మక అధ్యయనం గురించి మ్యాథ్యూఆర్నాల్డ్ ఆక్సఫర్డ్ విశ్వవిద్యాలయంలోని సభలో ఉపన్యసిస్తూ తన అభిప్రాయాన్నితెలుపుతూసాహిత్యం సర్వవ్యాప్తి అయినది, అన్యభాషలతో ఏదోఒకసామ్యం కలిగి ఉంటుంది ప్రపంచంలో ఏదో ఒక ఘటన లేదా ఏదోఒక సాహిత్యం అనేది ఏదైనా ఇంకొక ఘటన లేదా సాహిత్యంతో కొంచెమైనా సంబంధం లేకుండా స్వయం పూర్ణకంగా ఎప్పుడూ ఉద్భవించదు.

★హెన్రిర్ మోర్క్ తులనాత్మక సాహిత్యం అంటే ఒకనిర్దిష్ట ప్రాంతాల సరిహద్దుల్నిదాటి చేసే సాహిత్యఅధ్యయనం అన్నారు, ఒక ప్రాంతపు సాహిత్యసంబంధాలు నమ్మకాలు, విజ్ఞానం, ధర్మం మానవాభివృద్ధి మొదలైన అంశాలను ఒకదానితో ఒకటి పోల్చడం. (తౌలనికసాహిత్య. రామలింగప్ప,టి బేగూరు)

★ప్రొఫెసర్ ఆర్థర్ మార్క్స్ తులనాత్మక సాహిత్యం నిజమైన ఉద్దేశ్యం సాహిత్యంలోని అన్ని విషయాలను పరిశీలించి తులనాత్మక అధ్యయనం చేసి విడదీసి, వర్గీకరించి కారణాలను అన్వేషించి పరిణామాలను నిర్ధరించేదే అన్నారు.

తెలుగు, కన్నడ సాహిత్యాలలో రాజాశ్రయం పొంది సాహిత్యాన్ని సృష్టించినటువంటివారు అనేకులు, కానీ ఆనాటి రాజులు మహిళాకవయిత్రులకు కూడా ఆసరా కల్పించి స్త్రీలలో ఉన్న ప్రతిభకు సానబట్టించారు. ఇలా తెలుగు, కన్నడ సాహిత్యాలలో ఆ అరుదైన విషయాలు ఎక్కడ ఏ విధంగా ప్రతిఫలమైనదో వివరించడమే ఈ వ్యాసం ఉద్దేశ్యం.

'తెలుగు సాహిత్యంలో రాజాశ్రయ(శృంగార)కవయిత్రులు'

1. మోహనాంగి:

కవులపాలిట కల్పతరువు శ్రీకృష్ణదేవరాయల కుమార్తె మోహనాంగి, ఈమె మరీచిపరిణయం రాశారని లోకంలోప్రతీతి కానీ అది అలభ్యం. మరీచిపరిణయం శృంగారప్రబంధము కృష్ణదేవరాయలు ఒకరోజుపెద్దన్న, తిమ్మన మొదలైన కవులతో భువన విజయాఖ్య సందర్భంలో కొలువైఉండగా మోహనాంగి తన మరీచిపరిణయాన్ని చదివి వినిపించిందట, వారందరూ విని మోహనాంగిని ప్రశంసించారు. ఆమె ఆగ్రంథం రాయలేదని

కొందరు, రాశారని కొందరు వాదోప వాదాలున్నాయి, రాశారు అనిచెప్పడానికి సెట్టిలక్ష్మి నరసింహముగారు మరీచిపరిణయంనుండి కొన్నిఘట్టాలను ప్రచురిస్తున్నామని అముద్రిత మరీచిపరిణయంలో స్త్రీలవర్ణనం అనే శీర్షికతో భారతి 12వ సంపుటం, 3వసంచికలో (మార్చి,1935) కొన్ని పద్యాలు అచ్చువేశారు. (ఆంధ్రవిదుషీమణులు, పు. 206)

మోహనాంగి యవ్వనదశలోనే తనభర్తనుకోల్పోయిందని అపుడు ఆపరమసాధ్వి సహగమనం చేసిందని, డక్కన్పొయెట్స్ అనే ఆంగ్లగ్రంథంలో కావలివెంకటరామస్వామికథనం. తండ్రి కృష్ణదేవరాయలు మోహనాంగి అని ముద్దుగాపిలిచేవాడని తన అసలుపేరు తిరుమలాంబని ఒక మహారాష్ట్ర చరిత్ర కారునిఅభిప్రాయం. పుట్టపర్తి నారాయణాచార్యులు "రాయలనాటిరసికతోజీవనం" అనేగ్రంథంలో కృష్ణదేవరాయలభార్య తుక్కాదేవికి జగన్మోహిని, రుచీదేవి అనే పేర్లు ఉన్నట్లే మోహనాంగికి కూడా అలా ఉండొచ్చని అభిప్రాయం వ్యక్తం చేశారు. అలా తిరుమలాంబకు మోహనాంగియని, మోహినీదేవి అనిపేర్లుఉండి ఉండవచ్చు. సమదర్శినిఅనేపత్రిక ఈమె ప్రారంభపద్యాలను ప్రచురించారని శ్రీగొట్టిపాటివెంకటసుబ్బయ్య తానురచించిన "భట్టుమూర్తి రామరాజభూషణుడా"అనే గ్రంథంలో ప్రచురించారు. (అఖిలభారతకవయిత్రులు, పు. 57)

2. కృష్ణాజమ్మ:

తంజావూరి ఆంధ్రనాయకరాణి కృష్ణాజమ్మ, రఘునాథరాయల కుమారుడు, విజయరాఘవ నాయకుని కాలంలో ఆయన ఆస్థానంలో ఎందరెందరో వేశ్యలు సంగీతంలో, సాహిత్యంలో, కవిత్వంలో, నాట్యంలో ప్రసిద్ధి పొందినవారు ఉండేవారు. ఆ మహారాజు ఎప్పుడూ వేశ్యలతో ఆటపాటలను ఆస్వాదిస్తూ శృంగార రస సంద్రంలో మునిగి తేలుతుండేవారు. ఇలా వేశ్యలతో నిత్యసాంగత్యంలోఉన్న విజయరాఘవుని పట్టపుదేవికోపాన్ని పట్టజాలక తన దాసీముఖీన వారికి దూషణలతోకబురుపెట్టినది. అప్పుడు ఆవేశ్యలలో సరసకవిత నేర్చిన విద్వాంసురాలు ఒకత్తె క్రింది పద్యాన్ని రాసి ఆ దాసితో రాణికి పంపించింది.

"ఏవనితల్మముందలపనేమిపనో?తమరాడువారుగా
రో?వలపించునేర్పెఱుగరో?తమకౌగిటిలోననుండగా
రావదియేమిరావిజయరాఘవ!యంచిలుదాటిబల్మిచే
దీవరకత్తెనైపెనగితీసుకువచ్చితినా?తలోదరీ?"

ఈ పద్యంచాలు కవయిత్రులు, విద్యావంతులు అయిన ఆవేశ్యల గడుసు పోకడలను, ప్రజ్ఞాపాండిత్యాన్ని తెలుసుకోవడానికి నిదర్శనం. విజయరాఘవనాయకుని సాహిత్యగోష్ఠిలో పసిడితీవలబోలిక పడతులు పాండిత్య మండలవిభాళా! అంటూకైవారంచేసేవారు. పెక్కుతరుణులుతనరారుచుండిరి, వారిలో నాట్యగత్తెలు, పాటకత్తెలు ఉండేవారు. ఒక్కొక్కనాట్యానికి ప్రత్యేక విశిష్టత ప్రదర్శించారు, కాళయకవి విజయరాఘవనాయకుని

రాజ్యంలోని ఆటకత్తెలను, నాట్యకత్తెలను వివరించారు ఆకాలంలోని ప్రస్తావించిన వారిలో కృష్ణమాంబ కూడాఉన్నారు. రామభద్రాంబ, మధురవాణి, లకుమాదేవి, కృష్ణాజమ్మ, రంగాజమ్మ, చిత్రరేఖ మొదలైన విషయాలు చదివే క్రమంలో చాలామంది విదుషీమణులు వారిచైతన్యాన్ని ప్రదర్శించేవారని తెలుస్తున్నది. వీరికంటే తక్కువస్థాయికి చెందిన ఉద్యోగినులు కూడా మంచి విద్యావంతులై ఉండే ఉదంతాలను చూడవచ్చు. అనగా సన్నమెడగల బంగారుగిండి పట్టుకొను సేవికలు, చిత్రములు వ్రాయుత మాలిక భద్రపరుచు పనికత్తెలు, నేలను జీరాడు ప్రభువు పావడ ఎత్తిపట్టుకొను దాసీలు, వీజనంవహించుస్త్రీలు, వక్కలాకుల తెత్తెమోము అడపకత్తెలు మొదలైన వారుఉండేవారు.

ఇందులో అడపకత్తెలలో అతిశయంగా మనోజ్ఞమైన కవిత్వంచెప్పినవారికి ఉదాహరణంగా కర్ణాటకకవయిత్రి సంచియహొన్నమ్మను కృష్ణాంబతో పోల్చుకోవచ్చు. ఆమె మైసూరుప్రభువు చిక్కదేవరాయలకు(1672-1704)తాంబూలాన్నిచ్చే సేవకురాలు. సంచియ అనగా అడపం రాజసేవలో ఉన్న అందకత్తె, గురువుని ఆశ్రయించి విద్యాబుద్ధులు నేర్చి రచయిత్రియై పతివ్రతాధర్మానికి సంబంధించిన కావ్యంరాసింది హొన్నమ్మ గురువుసింగరార్యుడు అతనివద్ద కావ్యాలంకారనాటకం లోని విధానాలు హొన్నమ్మ నేర్చుకున్నది. ఆసాహిత్య విశారదను గౌరవించమని సింగరార్యుడు రాజుకు సిఫారసుచేసెను, అలాచేయాలనుకొని చిక్కదేవరాయలు తనరాణితో సంప్రదించాడు. అప్పటిరాణి హొన్నమ్మను చేరపిలిచి నేర్చినవృత్తాంతాన్ని తానురాసినగ్రంథంయొక్క కృత్యరతరకణికలో లేఖ్యారూఢంచేసింది, సతీధర్మాలను రామాయణ. భారతాది పూర్వ గ్రంథాలనుండి గ్రహించినది. ఈ ధర్మాలను సేకరించి సొంతమాటలలో చెప్పడంలో నూత్నభావాలను వెలియించింది, ఆతరువాత తక్కువగా చేసి మాట్లాడేవారిని ఆమె ఈవిధంగా ఘాటుగా స్పందించింది. ఆడది ఆడది అనిఎందుకు తేలికగామాటలాడెదరు? అట్లు లాఘవముగా మాట్లాడువారు కన్నుగానని మూఢులు, తమకు జన్మనిచ్చి తమ్ముపెంచి పెద్దచేసిన తల్లి ఆడిదికాదా?

కొడుకై ఒలికేగుణమేది? కూతురైన దాపురించే కుందేమిటీ? ఈ ఆడ, మగబిడ్డలమధ్య వ్యత్యాసాన్ని చూపేవారిని ఉద్దేశించి అన్నమాటలివి. అంటే తనతోకోరి కావ్యం రాయించుకోవడమంటే కుంటివాని వద్దకు గంగానది ప్రవహించినట్లు, పంటపొలాలకు నీరు పారించడం వంటిదట. ముగ్ధరాలైన సహధర్మచారిణి బెదురు బిడియాలు లాలనతో పోగొట్టక మొరటుతనముచూపు మొగుడుకొనగోటితో మీటవలసిన వీణను రోకలితో బాదునటువంటి మోటుకుడట. కృష్ణాజమ్మ, హొన్నమ్మకు కొన్నిసాదృశ్యాలున్నాయి, కృష్ణాజమ్మ రచనలు ఏవి లభ్యంకాకున్నా ఆశువులు, సమస్యాపూరణాలు చాలా చేసిందని తెలుస్తుంది, ఇట్లు కవిత చెప్పినవారు లోకమునకలరె అని గురువు చెంగల్వకాళకవిచేత ప్రశంసలు అందుకొన్నదంటే ఆమె పాండిత్యాన్ని అర్థం చేసుకోవచ్చు. కృష్ణాజమ్మ రాజు విజయరాఘవరాయలు, హొన్నమ్మ

19 | కస్తూరి విజయం

రాజు చిక్కదేవరాజ ఒడెయరు, కృష్ణాజమ్మను కూడా రాజు వివాహం చేసుకోలేదని తెలుస్తోంది, కృష్ణాజమ్మ విషయంలో రాణికి, కృష్ణాజమ్మకు మనస్పర్థలున్నట్లు తెలుస్తుంది, కానీ హొన్నమ్మకు రాణి మద్ధతు కూడా లభించింది. హొన్ని బా హొన్నక్క బాఅంటూ ఆప్యాయంగా స్వాగతం పలుకుతుంది కృష్ణాజమ్మకు ఆశుకవిత, ఛందశ్శాస్త్రాల మీద అపార ప్రతిభ ఉన్నట్లు, ఆమె సమస్యాపూరణాలను చూసి అర్థం చేసుకోవచ్చు. కృష్ణాజమ్మ స్త్రీల గురించి వారి నడవడికల గురించి ప్రస్థావించింది తక్కువ, ఈమె గురించి గురువు రాజగోపాల విలాస ప్రబంధంలోచెప్పబడింది దానినిప్రామాణికంగా తీసుకొని ఆమె కవితా వైదుష్యాన్ని అర్థం చేసుకోవచ్చు ఆమె చేసిన సమస్యాపూరణాలు కూడా దీనికి సాక్ష్యంగా నిలుస్తున్నాయి. హొన్నమ్మ, భారత, భాగవత, రామాయణాలను గురుముఖంలో అభ్యసించింది అంతేకాకుండా హదిబదెయధర్మం రాశారు, అందులో స్త్రీలకు సంబంధించిన అనేక విషయాలు చర్చించారు. కృష్ణాజమ్మ రచనలు ఏవి లభ్యంగా లేవు, కానీ హొన్నమ్మ రచనలు లభ్యమవుతున్నాయి, వీరిద్దరూ రాజాశ్రయంలో ఉన్నవారే అయినా హొన్నమ్మ సాంసారికవిషయాలు చాలా చర్చించారు, విజయరాఘవనాయకుడి ఆస్థానంలో చాలా మందివిదుషీమణులుండేవారు అందువల్ల కృష్ణాజమ్మకు సరైనగుర్తింపు రాజాశ్రయంలో కవితాపరంగా స్థానం దొరికినట్లు అనిపించట్లేదు, సనాతనధర్మాన్ని ఆశ్రయిస్తూనే, సాంప్రదాయాలను గౌరవిస్తూనే నేటిమహిళలుఎదుర్కొనే అనేకసమస్యలనుఎత్తిచూపింది, స్త్రీ, పురుషుల మధ్య తారతమ్యాలను ఎండగట్టింది. అక్కమహాదేవి ప్రారంభంలో తన కవితా చాతుర్యంతో అందరినీ మెప్పిస్తే, తదనంతర కాలంలో సంచిహొన్నమ్మ తనకవితాచాతుర్యంతో పండితులను మెప్పించగలిగింది. ఇద్దరూ గురువుల సిఫారసును సంపాదించినవారే కృష్ణాజమ్మ జట్టువారికి రాణితోరవరవలు, రాజాస్థానంలోకృష్ణాజమ్మ, హొన్నమ్మలిద్దరూ తమతమ కవితా చాతుర్యాలను చూపించారు హొన్నమ్మకంటే కృష్ణాజమ్మ గొప్పపండితురాలుగా కనిపిస్తుంది.

3. **ముద్దుపళని:**

(కాలం క్రీ.శ. 1740-1780) భోసలతుళజేంద్రుని కుమారుడు – ప్రతాప సింహుడు, తుళుజరాజు వెనుకవారు కృష్ణరాయలు నమ్మిన మరాటాసామంతులు. క్రీ.శ.850లో తంజావూరును ఆక్రమించిన చోళరాజులు గొప్ప కళాపోషకులు, రాజరాజచోళుడికాలం (958-1013)లో బృహదీశ్వరాలయ నిర్మాణం జరిగింది అందులో గాయకుల్ని, సంగీతకారుల్ని, నాట్యకారుల్ని నియమించారు వారందరికీ భూముల్ని ఇళ్లకు మంజూరుచేశాడు. సుమారు 400 మందినినాట్యకత్తెలనునియమించారని శ్రీరాజరాజేశ్వరంలో ఉన్నశాసనంలో ఉంది. రాజరాజు ఆయన కొడుకు రాజేంద్రలాంటి వారు పరిపాలించినంత కాలం ఇలాగే కొనసాగింది, తదనంతరం ఇబ్బందుల్లో రాజేంద్రలాంటి వారు పరిపాలించినంతకాలం ఇలాగే కొనసాగింది.

తదనంతరం ఇబ్బందుల్లో పడ్డారు, కళాపోషణలేక కళాపోషకులను ఆశ్రయించాల్సివచ్చింది జీవనోపాధి కోసం నేర్చుకొన్న నాట్యం సంగీతం, కులంగా రూపాంతరంచెందింది."మధురను పాలించిన పాండ్యరాజులు క్రీ.శ.1278 లోచోళుల్ని ఓడించారు 1310లో ఉత్తరాది నుంచీ మల్లికాఫర్ దండెత్తొచ్చాడు క్రీ.శ. 1318 లో కొద్దికాలం పాటు సుల్తానుల పాలనలో మధురచిక్కుకు పోయింది. విజయనగరరాజులు దీనిని కూలదోసి క్రీ.శ. 1278లో దక్షిణాదినిఏలుబడిలోకి తెచ్చుకొన్నారు.

క్రీ.శ.1509 నుంచి క్రీ.శ. 1529 పరిపాలించిన కృష్ణదేవరాయల కాలంలో కళాపోషణ బాగావర్ధిల్లింది కళలుతిరిగి తమఉచ్ఛస్థితినిఅందుకున్నాయి దక్షిణాదిలో దేవదాసిలుస్థిరపడ్డారు." (బెంగళూరునాగరత్నమ్మజీవితచరిత్ర, పు.ix)

రాధ ఇళాదేవిని పెంచిపెద్ద చేసింది, తానెప్పుడు పుష్పవతిఅవుతుందా అని ప్రతిక్షణం తన సవతిని తానే తయారుచేసుకొంటుంది, తలకు ఏదో ఒకతైలాన్ని రాసేది, చెంచులకు డబ్బిచ్చి మందులు కొనిచ్చేది.

సీ. నిడునలై మెఱుగెక్కి నెరికురుల్పెరుగంగ దినమొకతైలంబు దెచ్చియంటు...

శృంగార కావ్యం కావడంతో ఇందులో ఇళాదేవి సమర్త వర్ణన చేసినట్లు మరొకకావ్యంలో కనబడదు.

తే.గీ. శుభదినంబునసప్తనుశుద్ధిగలిగి

....

జాగ్రత్తలన్నీతీసుకొంది. బంధుమిత్రులందరినీ పిలిచింది, వేదపండితులతో ఆశీర్వదింపజేసింది తనకు పుష్టిని కలిగించే ఆహారాన్నిపెట్టింది. నలుగు పెట్టించి జలకాలాడించి, రవికతొడిగి, కురులార్చి, పావడ బిగియించి రంగుచెంగావిచీరనుకట్టి చుట్టుపక్కల ఊళ్ల వాళ్ళందరినీ పిలిపించి, భోజనాలుపెట్టి అతిసుందరంగా అయిదురోజుల వేడుకను నిర్వహించింది రాధ, సమర్తవర్ణన తర్వాత ఇళామాధవుల శోభనవర్ణన, ఇళాదేవికి రాధ అన్ని జాగ్రత్తలు ముందే చెబుతుంది. పడకటింటిలో శ్రీకృష్ణునితో ఎలావ్యవహరించాలో అన్ని విషయాలు చెప్పి దగ్గరుండి పాన్పుదగ్గరకు వదిలివస్తుంది. అంతేకాకుండా శ్రీకృష్ణునికికూడా తను చిన్నపిల్లని తగిన రీతిలో తనను చూసుకోవాలని సూచిస్తుంది. శోభనపుగదిలోఇళాదేవి కృష్ణుడి వద్ద వదిలివస్తూ, బయటికొచ్చాక తన మనసులోని బాధను, కన్నీటిని పైకి రానివ్వకుండాఆపుకొంటోంది.సొమ్ములివ్వవచ్చు,సొమ్మందాన్నిఇవ్వనూవచ్చుపొందనూవచ్చు గాక!(రాధికాసాంత్వనం16వపద్యం,.48)

శోభనగృహంలో ఇళాదేవి భయంభయంగాఉంటే శ్రీకృష్ణుడే చేయిపట్టుకొని మాయమాటలతో దగ్గరకు తీసుకొన్నాడు. సిగ్గుతో తలవంచుకొన్న ఇళతో

గీ. పోనిపోనీనేను బొరుగూరివాడనా నీకుమేనరికంబునీలవేణి!

మొదలైన మాటలతో కృష్ణుడు వశపరచు కొన్నాడు రాత్రి అలా గడపగానే తెల్లవారింది రాధగాజుల సవ్వడి ఘల్లుమని వినిపించగా వెంటనే లేచి ఇళగడియ వేసింది. ఇకరాధ వేసిన ప్రశ్నల పరంపర కృష్ణుడుఎదుర్కొన్నాడు. అతడేం చెబుతాడో వినాలని ఆదుర్దా ఒకవైపు, అసూయ ఒకవైపు వెంటనేశాంతించి "వారిద్దరి మధ్య నడిచిన శృంగార సంభాషణాన్ని కృష్ణుడు రాధతో ఠీవి వయసున గుణమున నీవె పెద్దవనియు, నవసమాగమున సౌఖ్యమవునె? అని చమత్కృతి ముగ్ధకెట్లబ్బు?అన్నాడు" (రాధికాసాంత్వనం, పు.55)

4. పసుపులేటి రంగాజమ్మ:

The Brilliant poetess, Rangajamma alias Rangaji adorned the court of Vijayaraghavanayaka (1633–1673 A.D) the best Nayaka king of Tanjore The surname of the family of this author is Pasupuleti. Her father was 'venkatadri' and mother 'Mangamma'. (Women Poets in Telugu Literature, P165) విజయరాఘవనాయకుని ఆస్థానాన్ని అలంకరించిన సంగీత సాహిత్య విద్యాచతురులలో రంగాజమ్మ మేటి. రంగాజమ్మ రచన "ఉషాపరిణయం" అందులో ఉషకేళిమందిరం భోగ్యతా వివరాలను తెలుపుతూ, పరుపు, తలగడలు, బటువులు, బాగాల మొదలైనవి వారిశయ్యాది ఉపరికరాలుగా ఉపయోగంచే వాటిని ఒక పద్యంలో వివరించారు. అడపం గురించి, ఆకులు వక్కలు, పచ్చకప్పూరం, వారి సంప్రదాయంలోఉండేవని రంగాజమ్మవర్ణించింది. మన్మథపూజగురించి రంగాజమ్మ పూజాద్రవ్యాలనుపూజావిధానాన్ని పరికించిచూస్తే ఆమెకున్నలోకజ్ఞానం వెల్లడవుతుంది

కన్నడ సాహిత్యంలో ఆస్థాన (శృంగార)కవయిత్రులు:

కన్నడసాహిత్యంలో అక్కమహాదేవిని మినహాయిస్తే అంతగా అదే రీతిలో చర్చించుకొనే స్థాయివ్యక్తి కవయిత్రి సంచిహొన్నమ్మ, ఈమెశృంగారమ్మ సమకాలికురాలు చిక్కదేవరాజు ఆశ్రయంలోఉండేవారు అక్కమహాదేవి ధైర్యం క్రాంతికారక భావాలతో ప్రసిద్ధికెక్కితే, సంచిహొన్నమ్మ తనసాంప్రదాయిక పురుషప్రధాన ఆలోచనలతోనే ప్రజల మనస్సును గెలిచింది. కన్నడసాహిత్యం బహుముఖీయం వైవిధ్యమయంగా పెరిగిన 18వశతాబ్దపు ప్రారంభంలో దేశీయ సాహిత్యానికి ఎక్కువగా ప్రోత్సాహం లబించింది. అభివ్యక్తీకరణ స్వతంత్ర్యం, కావ్యాలనిర్మాణశైలి మహిళల దృష్టిని ఆకర్షింపజేశాయి. చిక్కదేవరాయల కాలంలో (1673–1704) మహిళ విద్యాభ్యాస అవకాశాలు మెరుగయ్యాయి,

కళలకు కూడా చాలా ప్రాధాన్యత లభించిందని చెప్పవచ్చు ఆకాలంలోనిమహిళల స్థితిగతులకు సాక్ష్యం సంచిహొన్నమ్మ, శృంగారమ్మమొదలైనవారే.

1. సంచిహొన్నమ్మ:

హొన్నమ్మచిక్కదేవరాయల రాణులలో ఒకరని లేదా తనఉంపుడు కత్తెనా? లేదా ఆస్థానంలో పనిచేసే పనిమనిషినా? శూద్రవర్గానికి చెందిన మహిళనా? అనేకోణంలో చాలాచర్చలు జరిగాయి. చిక్కదేవరాజు పట్టపురాణిదేవమ్మకు పరిచారికగావచ్చిందని కొంతమందివాదన. దీనికిఆధారం హొన్నమ్మే తనరచనల్లో "చెన్నన చిక్కదేవరాయన సంచియహొన్నమ్మ" అనిచెప్పుకొన్నది. అయితే రచయితలెవరూ ఈమెచెప్పిన హదిబదెయ ధర్మంవిలువల గురించి చర్చించలేదు, ఎందుకంటే హదిబదియ ధర్మం పురుషప్రధాన విషయాలను అనుసరిస్తుండటంవల్ల అందులో ఉండే పరిధితెలియకపోయిఉండొచ్చు. మహిళల ఆత్మగౌరవానికి కళంకమైన విషయాలున్నాయనే కోణంలో ఏచరిత్ర, సాహిత్యకారులు చెప్పలేదు చాలాసంవత్సరాలతరువాత చిక్కరాయలప్రోత్సాహంతో హొన్నమ్మ'హదిబదెయధర్మ'అనే కావ్యం రాయడంపట్ల శ్రీముగళికు ఆశ్చర్యంగా అనిపించింది, అక్కమహాదేవి తరువాత అంత పెద్దగ్రంథాలు (కావ్యాలు) రాకపోయేసరికి మహిళా రచయితలులేరనుకున్నారు. వారిలోప్రతిభ, విద్వత్తులు లేవనుకొన్నారు అన్నీఉన్నాఅల్లునినోట్లో శనిఅన్నట్లు స్త్రీలలో ప్రతిభాపాటవాలున్నా ప్రోత్సహం తగినసౌకర్యాలు లేకపోయేసరికి, కవయిత్రుల సంఖ్యలో ఎక్కువతక్కువలు వచ్చాయి, అవకాశాలు అందించి ఉంటే గొప్పకవయిత్రులు పుట్టుకొచ్చేవారని 12వశతాబ్దపు మహిళారచయిత్రులను బట్టిచెప్పవచ్చు. హొన్నమ్మలో ఉండే ప్రతిభను గుర్తించిన రాజు ఒక సరసమైనగ్రంథాన్ని రాయించమని మహారాణిచేత చెప్పించారు వస్తువు నిర్ధిష్టంగా ఏంచెప్పలేదు

ఒకవేళ సంచిహొన్నమ్మ పనిమనిషే అయ్యుంటే రచనలు చేసే అవకాశం రాకపోయుండేది. పూర్వం బంధువర్మ అనే కవి ఈమె కంటే ముందు "సతిధర్మసార" అనే గ్రంథాన్ని రచించాడు. సతి ధర్మసార గ్రంథం జైనధర్మ స్త్రీలకు ధర్మాన్ని బోధించే గ్రంథం, అయితే సతిధర్మ సారం గ్రంథం గురించి తన 'హదిబదెయధర్మ' గ్రంథంలో ఎక్కడా పేర్కొనలేదు, మహాభారతం, మనుధర్మ శాస్త్రాల్లో పెద్దలు నిర్ణయించిన విషయాలనే చర్చించినట్లు చెప్పారు. సంచిహొన్నమ్మ ప్రతిభను గుర్తించి ప్రోత్సహించిన మరొక వ్యక్తి తన గురవు అళియసింహాచార్యులు హొన్నమ్మలో ఉండే కవితాశక్తిని గుర్తించిన ఇతను "అరసకేళి హొన్ని సరససాహిత్యదవరదేవలె ఇవళు కావ్యాలంకార నాటక కళ పవణిగెయిరవ బల్లవళు" (క్రీ.శ. 1600 వరణన కన్నడ మహిళా సాహిత్య) అయ్యారాజు విను మంచి సరసమైనసాహిత్యాన్ని సృష్టించే శక్తి హొన్నమ్మలో ఉంది అని రాజుకు విన్నవించారు. తన శక్తి సామర్థ్యాలను ఎంత పొగిడినా రాజు దగ్గర సంకోచంగానే ఉండేది, కానీ పట్టమహిషి అయిన రాణి దేవమ్మ 'హొన్ని బా

హొన్నక్కబా' అనే పిలుస్తూ సాదర స్వాగతం పలికింది, ఈ విషయాలు సంచిహొన్నమ్మ జీవితంలో పెద్ద విశేషాలు. అందరి ప్రోత్సాహం లభించడం వల్లనే, రామాయణ, మహాభారత, భాగవత విష్ణుపురాణ ధర్మశాస్త్రం మొదలైన గ్రంథాలను గురువైన 'అళిసింగరాచార్యుల' సహాయంతో అభ్యాసం చేశారు, ఇంతమంది ప్రోత్సహించినా ఎన్ని రచనలు చేసినా ఎన్ని పుస్తకాలు చదివినా, నేనేం గొప్పగా తెలిసిన వ్యక్తిని కాను అని తనకు తానుగా చెప్పుకొన్నది. హొన్నమ్మకు ఆత్మవిశ్వాసం కంటే తను స్త్రీ అందువల్లనాకు ప్రత్యేకమైనగుర్తింపు నివ్వాలనేనిరీక్షణే ఎక్కువగా ఉండేది రాజు ఇచ్చినగౌరవానికి పొంగిపోయింది.హొన్నమ్మ హదిబదెయధర్మాన్ని 9 ఆశ్వాసాల్లో వ్యక్తం చేసిన ఒక పద్యకావ్యం ఆరంభ ఆశ్వాసంలో వ్యక్తిగత విషయాలు, రాజాస్థానం గురించి, గురువు మొదలైన వారి విశేషాలు, రెండవ సంధిలో పాతివ్రత్యం మహిమను నిరూపించే విషయాలు, మూడవ సంధి పతికి సేవలు చేసే విషయాలను విశ్లేషించారు. నాల్గవ సంధిలో మహిళగా పుట్టినాక, అత్తమామలు చుట్టు పక్కల వారితో ఏ విధంగా గౌరవంగా వ్యవహరించాలో వివరణ ఇచ్చారు. 5వ సంధిలో ఆడపిల్లలపట్ల తల్లిదండ్రులు తీసుకోవాల్సిన శ్రద్ధగురించి వివరించారు. 6,7వ సంధుల్లో పాతివ్రత్యానికుండే శక్తిని దాంపత్య జీవనానికి చెందిన విషయాలను చర్చించారు. 8వ సంధిలో గృహిణిగా తాను చేపట్టాల్సిన కార్యాలను చర్చించారు. 9వ సంధిలో భగవంతుని నామస్మరణ చేయడంవల్ల ముక్తి లభిస్తుందని చెప్పారు. సంచిహొన్నమ్మ ప్రకారం పాతివ్రత్యం నుండే స్త్రీ ఇహపరసాధనాలుగా చెప్పుకొచ్చారు, ఈ రచనను చదివి స్త్రీలు తమ బతుకులను నూతనంగా నిర్మించుకొంటారని ఆశించింది.

హరిభక్తికి మతభేదం ఉంటే ఉండవచ్చును, పతిభక్తికి మతభేదంలేదనేది ఈమెయొక్క అభిమతం ఈమె రచనల్లో పురుష ప్రాధాన్యతే ఎక్కువగా అగుపిస్తుంది. పురుషుడికి ధర్మ, అర్థ, కామ, మోక్షం ఈ నాల్గింటిలో దేంట్లో అయినా ముక్తి పొందవచ్చు. కానీ స్త్రీ మాత్రం పతికి సేవ చేసే మార్గంలోనే ముక్తిని సాధించవచ్చు అని చెప్పడంలో మనుధర్మ శాస్త్రాన్ని మరోమెట్టు ఎక్కించినట్లయింది. అందువల్ల హదిబదెయ ధర్మం స్త్రీలకంటే పురుషులకే ఎక్కువ ప్రాధాన్యత లభించేలా ఉందనేది విమర్శకుల అభిప్రాయం, స్త్రీలజీవితం పురుషులకోసమే అనేది హొన్నమ్మ అంతిమ ఉద్దేశ్యం. (కన్నడ మహిళా సాహిత్య చరిత్రె, పు.176)

పతివచ్చినపుడు పత్ని ఇంట్లో ఏ పనిచేస్తున్నా వదిలి పతిపాదాలు కడిగి శుభ్రం చేయాలనే అభిప్రాయం కూడా హదిబదెయ ధర్మంలో చెప్పడం జరిగింది. పతి ఎంతమంది భార్యలను కట్టుకున్నా సవతులతో అన్యోన్యంగా ఉండాలని చెబుతుంది, ఇవన్నీ పురుషాధిక్య సమాజాన్ని ఇంకొకమెట్టు ఎక్కించినట్లే అవుతుంది. చంపాబాయి అనే ఆమె మాటల్లో "హదిబదెయ ధర్మం గురించి హదిబదియ ధర్మం ఆ కాలంనాటి గృహిణుల జీవితాన్ని చూసే అద్దం" అని అంటారు. పురుష ప్రపంచాన్ని పొగుడుతూనే గండాదరె బంద గుణవేను? హెణ్ణాదరె బంద ఒందేమి? అంటూ గుణాలమధ్య తారతమ్యాన్ని ఆడ మగ తేడాలు చూపరాదని ఆ

కాలంనాటికి చెప్పడం విశేషంగా భావించవచ్చు. దాంపత్య జీవితం సౌందర్య వంతంగా ఉండాలని ఇద్దరూ జవాబ్దారిగా నడుచుకోవాలని తను కోరుకొన్నది.

సంచిహొన్నమ్మ వ్యక్తం చేసిన భావాలన్నీ ఆ కాలంనాటి స్త్రీ మనోగతాలై ఉండవచ్చు. అక్కమహాదేవి ఇల్లు విడిచి వైయక్తిక సాధనాలకోసం పాటుపడితే రాజాశ్రయంలో ఉంటూ సమస్త స్త్రీల ఆకాంక్షలకనుగుణంగా రచనలు చేయడం సంచిహొన్నమ్మ ప్రత్యేకత. ఆ కాలంనాటి రచయిత్రుల్లో ప్రతిభ, అధ్యయనం రెండూ ఉండేవని చెప్పడానికి హొన్నమ్మ సాక్ష్యంగా నిలుస్తుంది. అలాంటి సంచిహొన్నమ్మ కన్నడ సాహిత్యంలో కలికుతురాయి అని చెప్పవచ్చు. నాలుగైదు శతమానాలు గాఢాంధకారంలో పడిపోయిన కన్నడ మహిళా సాహిత్యానికి పునర్ శక్తిని నింపింది హొన్నమ్మే అంటే తప్పుకాదు, వీరి తరువాత మళ్ళీ మహిళా సాహిత్యం పుంజుకోవడం కూడా ఒక విశేషంగా చెప్పుకోవచ్చు.

2. శృంగారమ్మ:

చిక్కదేవరాజుని ఆస్థానంలో నిత్యం సాహిత్య వాతావరణం నడుస్తుండటంతో రాజగృహంలో ఆడపిల్లలకూ విద్యాభ్యాసం చేయడానికి అవకాశం వచ్చింది. అందువల్ల 1685లో పద్మినీకల్యాణం అనేకావ్యం రచించడానికి సాధ్యం అయ్యింది. మహిళలకు ఏమాత్రం ప్రోత్సాహం లభించని రోజుల్లో చిక్కదేవరాయ ఒడెయరు నాకు చాలా ప్రోత్సాహం అందించారు. నేను ఆయన దత్త పుత్రికను అని చెప్పుకొన్నది గ్రంథం ప్రారంభంలో తన వ్యక్తిగత జీవితం గూర్చి చెప్పుకొన్నది. తన గురువైన శ్రీనివాస దేశికేంద్ర గురించి తండ్రి చింతామణి దేశికేంద్ర గురించి తన అభిమానాన్ని వెలువరించింది. పద్మినీ కల్యాణం 133 పద్యాలున్న చిన్న కావ్యం, విష్ణువుయొక్క మహిమలను తెలియజేయడం రచన ఉద్దేశం అయినా దీన్ని వేంకటేశ్వర కల్యాణంగా చేయకుండా పద్మినీ కల్యాణంగా చూపించడం ఈమె స్త్రీల పక్షపాతి అని తెలుస్తున్నది.

పద్మినీ కల్యాణం రచనలోని వస్తువు నూతనమైనదేంకాదు సంస్కృత, కన్నడ సాహిత్యంలో పరిచయమైనదే, వైష్ణవ పురాణాల్లో ఉండే ఈ విషయాలను కన్నడంలోకి చాలామంది తీసుకొచ్చారు. అయితే మహిళా రచయితల్లో ఈ వస్తువును స్వీకరించింది మాత్రం శృంగారమ్మ, కథ ఈ విధంగా ఉంది నారాయణపురాన్ని ఆకాశరాజు పరిపాలిస్తుండేవాడు, ఇతని భార్య 'దరశిదేవి' చాలాఏళ్ళు వీరిద్దరికీ సంతానంకలగకపోవడంతో పుత్రకామేష్టియాగం చేయాలని సంకల్పించారు, మోక్షప్రాప్తి, అధికారం, ఆస్తిపాస్తుల రక్షణ వీటన్నింటినీ చూసుకోడానికి మగపిల్లాడు అయితే బాగుంటుందనే భావన పురుషాధిక్య సమాజంలో అందరి ఆలోచనల్లాగే దరశిణిదేవికి కూడా అదే ఆలోచన వచ్చింది. యాగంచేయాలని నిర్ధారించినతరువాత భూమినితవ్వుతుండగా ఆడశిశువుదొరుకుతుంది, ఆ శిశువే పద్మిని విష్ణువు

యొక్క దశావతారాల్లో రామావతారం కూడా ఒకటవటం వల్ల వెంకటేశ్వరున్ని వరించే పద్మినీ కథను సీతకథగా సమాంతరంగా సిద్ధంచేయాలని ప్రయత్నించింది.

శృంగారమ్మ కవిసమయాలకు విరుద్ధంగా కాళ్ళు, చేతులూకూడా పద్మాల్లాగా ఉన్నాయని చెప్పడం విడ్డూరంగా అనిపిస్తుంది. ఆమె కళ్ళు, ముఖం పద్మంలాగా ఉండటంవల్ల ఆమెకు పద్మినీఅనే పేరుపెట్టారు. పద్మినికి పదేళ్ళు నిండిన తరువాత నారద మహర్షి వచ్చి శ్రీహరి ఈమెకు భర్తగా వస్తాడు అని భవిష్యత్ చెప్పడంతో భవిష్యత్ లో జరగబోయే విషయాలను ముందుగానే సూచించడం వల్ల పాఠకులకు కుతూహలం పెరుగుతుంది. అష్టాదశవర్ణనల్లో వనవిహారం కూడా ఒకటి, చంపూకావ్యాల్లో ఇది అనివార్యంగా కనిపిస్తుంది, పద్మావతితనకంటేకిందిస్థాయివాళ్ళతోఎలాఉండేదోఒకపద్యంద్వారాచెప్పారు.కిందిస్థాయివాళ్ళ తోవనవిహారానికివెళ్ళిమాట్లాడేరీతినిపద్యంగాచెబుతూ–

"నుడివళుగిళియంతెసఖియరొందాగమె/ల్లతియడువళుహంసయంతె/లెడగిందననిలంతెనలి యుద్ధలుముద్దు/కడుచపళెయరొందుగూడి"(క్రీ.శ.1500–1899వరెగినకన్నడమహిళా హిత్య.పుట139)

3. చెలువాంబె

(1725 AD): కన్నడ కవయిత్రులు కూడా వైష్ణం పట్ల ఆకర్షితులై వెంకటేశ్వరుని మహత్మ్యం గురించి రాయడం గమనించదగ్గ విషయం. మైసూరు రాజుల ఆశ్రయంలో సాహిత్యసేవ చేసిన వారిలో మహారాణులు ఉన్నారు, అందులో పనిచేసేవారూ ఉన్నారు, సాహిత్య కళా రంగాలకు మైసూరు ఒడెయరు ఇచ్చిన ప్రోత్సాహం సరే సరి. విజయనగర రాజుల కాలంలో గంగాంబిక, తిరుమలాంబ అనే రచయిత్రులు ప్రౌఢ కావ్యరచనను చేసినట్లే. మైసూరు రాజుకుటుంబానికి చెందిన చెలువాంబె కూడా కన్నడ సాహిత్యానికి కావ్యరచన అనే కానుక చెల్లించారు.

దళవాయి వొద్దేంద్ర కొడుకు కళలె కాంతనృప కూతురు మరియు మైసూరు దొర దొడ్డకృష్ణరాజ ఒడెయర 1713–1732 (పట్టమహిషి) (ధర్మపత్ని) ఇమ్మడి కంఠీరవ నరసరాజ పుత్రుడైన దొడ్డకృష్ణరాజ దక్షరాజు కాకపోయినా పండిత పక్షపాతిలో ఒడెయర సంప్రదాయాల్ని కొనసాగించాడు. పతి ఆజ్ఞానుసారమే నేను రచన చేశానని చెప్పుకున్నది, వరనందికల్యాణ, వెంకటాచలమహాత్మ్యం లాలిపద అలివేలుమంగ లాలిపద, తలకావేరి మహాత్మ్యం, కృష్ణ కర్ణామృత కావ్యాలకు వ్యాఖ్యానాలను రచించారు. వరనందీ కల్యాణాన్ని తిరుపతి వెంకటేశ్వరునిపేరుతో మకుటం రాశారు, చెలువాంబ అన్ని రచనలు భక్తిరస ప్రధానమై ఉన్నాయి, వైష్ణవభక్తి పుష్కలంగాకనిపిస్తుంది, చెలువాంబ కృతుల్ని పరిశీలిస్తే కన్నడ, సంస్కృత సాహిత్యాలను తాను బాగా అభ్యసించినట్లు అర్థమవుతుంది.

సంస్కృత కృష్ణకర్ణామృత సంస్కృత గ్రంథానికి కన్నడంలో వ్యాఖ్యానం రాశారు దీనిని బట్టి చూస్తే చెలువాంబెకు సంస్కృత, కన్నడ భాషలు రెండింటిలోనూ పాండిత్యం ఉంది. వరనందీకల్యాణం, లాలిపదాలు, వారి కన్నడ పాండిత్యానికి నిదర్శనాలు, వరనందీకల్యాణం రచనల్లో పాండిత్యం భక్తి రెండూ కలసి ఉండటంతో ఈ రచనకు ఇంకా వన్నెవచ్చినట్లయింది. చెలువాంబకు రచనలు చేయడానికి పతి దొడ్డ కృష్ణరాజు ఒడెయరే ప్రేరణ అని ఈ అంశాన్ని తెలియజేశారు. క్రీ.శ.1500-1899 వరెగిన కన్నడ మహిళా సాహిత్య.పుట181.

నారాజు యదుగిరి రాజుల చరిత్రను సొగసుగా రాయమని నన్ను నియమించాడని కావ్యారంభంలో తెలపడం జరిగింది. నందిని బేబివాచ్చియార్ అనే పేర్లతో ప్రసిద్ధమైన వరనంది ప్రతిమను మేలుకోట చెలువరాయ దేవాలయంలో మూలవిగ్రహం పక్కనే పెట్టడం జరిగింది. మత కలహాలు జరిగే సమయంలో హిందూ ముస్లింల ఐక్యత పెంచడం కోసం ఇలాంటి సంస్కృతి వచ్చి ఉంటుందని విమర్శకుల అభిప్రాయం. వరనంది ఢిల్లీసుల్తానుల కూతురు, కర్ణాటకలోని మేలుకోటెయ చెలువరాయన్ను ప్రేమించింది. రాజకీయంగా, ధార్మికంగా ఉత్తరభారతదేశానికి చెందినవారు కర్ణాటకలో సంబంధాలు పెంచుకోవాలని ఉండేది. సమాజంలో స్త్రీ, పురుషుల తారతమ్యం చాలా ఉంది, మగపిల్లాడు పుడితే స్వీట్లు పంచడం, ఆడపిల్లకుజన్మనివ్వడమేదో మహా పాపపు వృత్తిగా భావించి,కడతెంచిన వారు లేకపోలేదు. ఇలాంటివి గమనిస్తే తారతమ్యం ఏ స్థాయిలో ఉందో తెలుస్తుంది, కానీ ఢిల్లీసుల్తాను ఆడపిల్లకోసం కోరుకోవడం గొప్పవిషయం.(క్రీ.శ. 1500-1899 వరకూ ఉన్న కన్నడ మహిళా సాహిత్య చరిత్ర,పుట181) పుత్రులెందరు జన్మించినా తనకు తృప్తిలేదు తనకొక కూతురు కావాలని మనసులో కోరుకొన్నాడంట అప్పుడు వరనందిని పుట్టింది. వరనందినికి తల్లిపాలు తాపితే తాగలేదంట, బ్రాహ్మణస్త్రీ ఎదపాలు ఇస్తే తాగిందంట ఇవన్నీ తాను కారణజన్మురాలు అని చెప్పడానికి సాక్ష్యాలు. ఆడపిల్ల పుట్టగానే బ్రాహ్మణులకు బంగారు దానం చేయడం గమనిస్తే పూర్వం నుండే బ్రాహ్మణులకు దానాలు ఇవ్వడం, స్వీకరించడం అనే ఆనవాయితీ ఉందని తెలుస్తుంది. అంతేకాకుండా వరనందినికి వైష్ణవ ధర్మం పట్ల ఉండే ప్రేమకూడా తెలుస్తుంది, నృత్యం, వీణ, మృదంగం మొదలైన కళలు నేర్చుకొన్నది. సుల్తాను కన్నడ దేశంపై దండెత్తివచ్చి వెనుదిరిగి వెళ్ళేటప్పుడు చెలువ నారాయణ విగ్రహాన్ని తీసుకెళ్ళి ఇవ్వడం ఒక మతానికి చెందిన దేవున్ని ఇంకొక మతానికి చెందిన వారు చూసేచూపులో తేడాఉంటుంది. అక్కమహాదేవి చెన్నమల్లికార్జునున్ని ప్రేమగా, పతిగా పూజించినట్లే వరనందినికూడా చెలువనారాయణను ప్రేమభావంతో పూజించింది. అనుకోకుండా ఒకరోజు చెలువనారాయణుడు ప్రత్యక్షం అవడం, దేవుడికి నామీద దయవుండి రావడం అంటే నన్ను పెళ్ళి చేసుకోకుండా ఉండడు, పెళ్ళికోసమే వచ్చి ఉంటాడని చెప్పడం మహిళల ఆత్మగౌరవానికి ప్రతీక. చెలువ నారాయణుడు బహుపత్నులను కలిగి ఉండేవాడు చెలువనారాయణుడు రామానుజాచార్యులకు కలలోకనిపించి

27 | కస్తూరి విజయం

నన్ను సుల్తానుల చెరనుండి విడిపించుకుపోవాలని అడిగాడంట, వరనందినికి చెలువనారాయణున్ని పంపడం ఇష్టంలేదు చివరికి రామానుజులు చెలువ నారాయణున్నిస్తుతించి యదుగిరికివేతెంచమని చెబుతాడు. కూతురు ఇష్ట ప్రకారం పెళ్ళి చేసిన సుల్తాను చరిత్రలో నిలిచిపోతాడు, అంటే కూతురి మనసును చూసినడుచుకోవడం ఆ కాలానికి గొప్ప విషయం. చెలువాంబను అత్తగారింటికి పంపేసందర్భంలో హదిబదెయధర్మంలోని విషయాలను వినిపించారు, పుట్టంటినుండి వెళ్ళాక పుట్టింటిలో మహిళలకు స్థానం ఉండదు. వరనందిని పూర్వజన్మలో సత్యభామ అయ్యిడించేవారని ఒక కథ ఉంది చెలువనారాయణ మొదటి పత్ని శ్రీదేవి వరనందిని ఏ మాత్రం చీదరించబడక స్వాగతం పలికింది.

చెలువాంబ రాసిన వెంకటాచలమహాత్మ్యం వెంకటేశు నెలకొని ఉన్న వెంకటగిరి స్థలమాహాత్మ్యం మరియు వెంకటేశ్వరుని మహిమలను కొనియాడడం ఈ రచన ఉద్దేశ్యం. వెంకటగిరినే తొట్టెలుగా వెంకన్నను శిశువుగా భావించుకొన్నది. వెంకటేశ్వరుని లాలిపదంలో శృంగారమ్మ పద్మినీకల్యాణం ఛాయలు కనిపిస్తున్నాయి. రావణుడు వేదవతి చేయిపట్టుకొన్నప్పుడు ఆమె “బలవంతదిందిన్నుపరపతియపిడియె” అంటూ ప్రతిఘటించింది. రాజు ప్రత్యక్షదైవం అనుకొన్నదేమో వెంకటేశ్వరున్ని దొడ్డ కృష్ణరాజేంద్రునితో పద్మావతిని చెలువాంబగా సమీకరించే ప్రయత్నం కూడా చేసింది. అందువల్ల ఇది ఆమె స్వయంగా రాశారా లేక ఆమె పేరుతో వేరెవరైనా రాశారా అని చర్చకూడా పండితులమధ్య జరిగింది. సంస్కృతంలోని తలకావేరి మహాత్మ్యం కృతిని కన్నడంలో రాశారు. ఇది ఆగ్నేయపురాణంలో నిక్షిప్తమైన తులాకావేరి మహాత్మ్యం భాగం వ్యభిచారం చేసే స్త్రీలు కావేరినదిలో మునిగి పాపపరిహారం కోరుకొంటారు. స్త్రీలు చేస్తేనే వ్యభిచారమని అదే పురుషుడు చేస్తే తప్పుకాదనే భేదం ముందునుంచీ ఉంది. వీటన్నింటినీ తన తులాకావేరి మహాత్మ్యంలో చర్చించారు. సమాజంలో స్త్రీలకూ శూద్రులకూ ఒకేస్థానం ఉందని ఆమె తనరచనల్లో చెప్పింది. భోజన సమయంలో స్త్రీ, పురుషులిద్దరూ సహపంక్తిలో కూర్చోరాదనే నియమం వెనుక ఉన్న రహస్యం స్త్రీ, పురుషులిద్దరి మధ్య తారతమ్యాలు సృష్టించడమే, సమకాలీన కవయిత్రుల కన్నా ఈమె ఎక్కువరచనలు చేశారు. “కృష్ణకర్ణామృత” అనే సంస్కృత గ్రంథానికి వ్యాఖ్యానం రాశారు, కన్నడభాషలో మొదటి వ్యాఖ్యాన కవయిత్రి అని అంటారు.

4. రాణి లక్ష్మమ్మ:

చెలువాంబె మాదిరిగా సాహిత్య క్షేత్రంలో వ్యవసాయం చేసిన మరొక కవయిత్రి రాణి లక్ష్మమ్మ సురపుర వెంకటప్పనాయక (1600-61) పత్నియైన ఈమెకు రంగమ్మ అనే ఇంకొక పేరుకూడా కలదు. ఈమెకు కన్నడ, తెలుగు రెండు భాషలూ తెలిసి ఉండేవని, రెండు భాషల్లోనూ పాటలను రాసే సామర్థ్యం ఉండేదని ఈమె ఇష్టదైవం తిరుపతి వెంకటేశ్వర స్వామి అని

తెలుస్తున్నది ఈమెదేఅయిన ఒకేఒకపాట లభ్యంగా ఉన్నది.శ్రీ సురపురీశ శ్రీశ పోషిసు/శ్రీ సుర పురీశ/కుంజర పాలనె కంజనిలోచన/కుంజిత సద్గుణ కుంజ విజయమ....ఈ మూడు పాదాలు కలిగిన పాట లభ్యంగా ఉంది. వీరు కేవలం రాణులుగా ఉండటం కాకుండా సాహిత్యసేవకూడా చేయడం వీరి విశిష్టత. రాజాశ్రయ కన్నడ సాహిత్యానికి నలుగురు కవయిత్రులు వారి రచనా వ్యాసంగాన్ని కొనసాగించారు. వీరి నుండి ప్రేరణ పొంది అనేక మంది మహిళలు తదనంతరం రచనలు చేయడం ప్రారంభించారు.

5. సూళె సుంకవ్వ:

సమాజం నుంచి అనాదరణకు గురై, దిక్కుతోచని స్థితిలో జీవిస్తున్న అవమాన వర్గాలలో ఒక ఉద్యమాన్ని నింపిన శక్తికి నిదర్శనం సూళె సంకవ్వె. బసవణ్ణ గారి సమకాలీన వచనకవయిత్రి, ఈమె గురించి ఎక్కువ వివరాలేవి తెలియడం లేదు. 'నిర్లజ్జేశ్వర' అనే మకుటంతో సంకవ్వ రచంచిన ఒక వచనం దొరికింది సమాజంలోని అవమనాలను అనుభవించి వేశ్యావృత్తినుండి శరణు మార్గానికి వచ్చి ఉంటుందనేది ఊహ వ్రతంపట్లనిష్ట ఏకదైవనిష్ట తత్వబద్ధత అనేవి సూలె సంకవ్వవ్యక్తిత్వం. సిగ్గు, బిడియం సందేహంలాంటి నెపాలతో తన అభివ్యక్తీకరణను కోల్పోయిన స్త్రీ వర్గంలో కలిగిన వైచారిక ప్రజ్ఞకు ప్రతిరూపం సూలెసంకవ్వ. వృత్తిలో ఎదురైన అవమానాల్ని పక్కుకు పెట్టి, తనకంటూ ఒక విశిష్ట వ్యక్తిత్వాన్ని రూపొందించుకున్నది తన వృత్తి నేర్చిన గుణపాఠాలతో ధర్మశ్రద్ధ, ఆచార సంప్రదాయాలను చర్చించడం పెద్ద విషయం. తెలుగులో భక్తి, రక్తి సాహిత్యాలను ప్రాచీన కవయిత్రులు సృష్టిస్తే కన్నడ కవయిత్రుల్లో భక్తితత్వమే అధికంగా కనిపిస్తుంది. సాహిత్యమేదైనా ఎవ్వరినీ తక్కువచేసి చూడాల్సిన అవసరంలేదు. చతురత, హాస్యం, సృజన, స్థితప్రజ్ఞను కలిగి ఉండటంవల్ల మానసికవ్యాప్తి విస్తృతం అవుతుంది.

ఆధారగ్రంథాలు:

తెలుగు

1.ఆంధ్రకవయిత్రులు,ఊటుకూరిలక్ష్మీకాంతమ్మ. ఆంధ్రప్రదేశ్ సాహిత్యఅకాడెమీ, ప్రథమముద్రణ1975

2.ఆంధ్రకవయిత్రులు. ఆంధ్రశేషగిరిరావు

3.దక్షిణాది భక్త పారిజాతాలు. రావినూతల శ్యామ్ ప్రియ

4.ప్రాచీనాంధ్ర కవయిత్రుల స్త్రీస్వభావ చిత్రణ. ఆచార్య కె.సర్వోత్తమరావు, విద్యార్థి మిత్ర ప్రచురణలు, కర్నూలు,1990

5.మధురతంజావూరు నాయకరాజుల నాటి ఆంధ్ర వాఙ్మయచరిత్ర, నేలటూరి వెంకటరమణయ్య

6.ముద్దుపళనిరాధికాసాంత్వనం, వచనము-కావ్యము

వ్యాఖ్యానము,వ్యాఖ్యాత,యార్లగడ్డబాలగంగాధరరావు, నిర్మలాపబ్లికేషన్స్, విజయవాడ, ప్రథమ ముద్రణ- 2011.

కన్నడ

1.కన్నడ కవయిత్రియరు (అముద్రిత సిద్ధాంత గ్రంథం), సరోజినీ మహిషి, హంపి యూనివర్శిటీ, హంపి, 1961.

2.కన్నడ మహిళా సాహిత్య చరిత్రె, డా.ఎచ్.ఎస్.శ్రీమతి, ప్రసారాంగ కన్నడ విశ్వవిద్యాలయ, హంపి, 2006.

3.కన్నడసాహిత్యచరిత్ర(8వాల్యూమ్స్),బెంగళూరువిశ్వవిద్యాలయ.G.S.శివరుద్రప్ప, సంపుట.3,1975

4.ప్రాచీనకన్నడ కవయిత్రియరు, కర్ణాటక ఓపెన్ యూనివర్శిటీ, మైసూరు.2010

కర్ణాటక రాష్ట్ర సార్వత్రిక విశ్వవిద్యాలయం వారు నిర్వహించిన అంతర్జాతీయ తులనాత్మక సాహిత్యసదస్సులో సమర్పించిన పత్రం

★★★★★

"చరిత్రమరచిన పాలెగత్తె వన్నూరమ్మ"

తెలుగు వారి చరిత్రలో రాయలసీమకు ఒక ప్రత్యేకత ఉంది, సీమలోని ప్రతిగుట్ట, పుట్ట చరిత్రకు సజీవ సాక్ష్యాలుగా నిలుస్తున్నాయి. తొలి తెలుగు సినిమాకు జన్మనిచ్చింది రాయలసీమ తల్లే, తెల్లవారిపై తిరుగుబాటు గురించి ఆలోచించడానికి కూడా సాహసించని మెదళ్లను, మెలుకువచేసి, గుండెను జెండాచేసి తిరుగబడ్డ మొదటి స్వతంత్ర ఉద్యమకారుడు ఉయ్యాలవాడనరసింహారెడ్డి రాయలసీమ వాసి, అని ప్రత్యేకంగా చెప్పాల్సిన అవసరం లేదు. దక్షిణాన దాదాసాహెబ్ పాల్కే పురస్కారం పొందిన మొదటి వ్యక్తి బి.యన్.రెడ్డి. ఇలా ఒకటేమిటి చాలా ఉన్నాయి చెప్పుకుంటూ పోతే.

రాయలసీమ ప్రాంతాన్ని రేనాటిచోళులు, వైదంబులు, నోళంబులు, సంబెటవారు, కాయస్థులు, కాకతీయులు, తొలిమట్లిరాజులు, విజయనగరరాజులు, నిజాములు, మయానా నవాబులు, మహమ్మదీయులు, హైదరాలి, టిప్పుసుల్తాన్ బ్రిటిషర్లు పాలించారు. ఇక్కడి సహజవనరులకు, సాహిత్యసంపదకు కొదవలేని ఒకచారిత్రక ప్రదేశంగా పేరుపొందిన ప్రాంతాన్ని నాటిబ్రిటీష్ వారినుండి నేటిపాలకుల వరకు ఎందరో సీమప్రజల కష్టాలపునాదులపై భవంతులు నిర్మించుకున్నవారే, సింహాసనాలు అధిరోహించిన వారే.

విజయ నగర రాజులు అంతరించడంతో, రాయలసీమ ప్రాంతంలో బలవంతులు అక్కడక్కడ పన్నులు వసూలు చేసుకోవడం,తనచేయితిరిగే వరకూ పరిసరప్రాంతాల్లో పరిపాలన వాళ్లగుప్పెట్లోపెట్టుకోవడంతో, వాళ్లే పాలకులయ్యారు, పాలెగాళ్లుగా పేరు తెచ్చుకున్నారు. ఇలా దాదాపు 80 మంది దాకా పాలేగాళ్లు ఉండేవారు, ఆదాయ వనరుల కోసం బ్రిటిష్ వాళ్ళు 1800లలో రాయలసీమ దత్తమండలాలకు ప్రధాన కలెక్టర్ గా థామస్ మన్రోను నియమించింది, ఈయన స్థానికంగా ఉంటున్న పాలేగాళ్లను గూండాలుగ, బంధిపోట్లుగా చిత్రీకరించి, తనఆధీనంలోకి తీసుకోవడానికి నానాకుయుక్తులు పన్నాడు.

ఆ కార్యాచరణలో భాగంగా కొంతమంది పాలేగాళ్లను బలవంతంగా గుత్తికోటలోబంధించి, తమమాట విన్నవారిని పెన్షన్ తోను, వివనివారిని బలవంతంగానూ దార్లోకితెచ్చుకున్నాడు. ఎదురుతిరిగిన పాలేగాళ్లను శాశ్వతంగా తుదముట్టించాడు. ఇలా నానారకాలుగా పాలేగాళ్ల వ్యవస్థను నిర్వీర్యం చేయడంలో సఫలంపొంది, నేడు విగ్రహమై వెలుగొందుతున్నాడు. తెలుగువీరులను చంపినవారికి విగ్రహాలు, పాలేగాళ్ల కేమో ఉరికంబాలు, శాపనార్థాలు.

పాలెగాళ్లలో కొండపాలెగాళ్ళు, ఎకిలిపాలేగాళ్ళు, పత్తూరుపాలేగాళ్ళు అని ఉండేవారు. ఇలాంటి వీరులమధ్య పైటను నడుముకు బిగించి వీరతిలకందిద్ది, ఖడ్గం చేతపట్టి ప్రత్యర్థుల తలలను ఖండించిన వీరనారి వన్నూరమ్మ. ఈమె పేరును ఉచ్చరిస్తేనే ప్రత్యర్థుల రొమ్ములు వణుకుతాయి.

పాలెగాళ్లవంశానికి నాయకత్వం వహించి మొగలాయినవాబులను, మైసూరుపులిగా అభివర్ణించబడ్డ టిప్పుసుల్తాన్, హైదరాలీల ఆధిపత్యాన్ని కూడా అడ్డుకున్నవీరవనిత. అయిదుదుర్గాలకు అధిపతి బలశాలి వన్నూరమ్మ. అటవీప్రాంతాలను ఆవాసంగా చేసుకొని, సాకర్లపాడు దుర్గాన్ని పాలనాకేంద్రం చేసుకుని క్రీస్తుశకం 1781 నుండి 1796 వరకు దొరతనం చూపించిన శూరవనిత.

వన్నూరమ్మ కడపజిల్లా వత్తిమడుగురేకులకుంటలో పుట్టింది, తల్లి పెద్దపోతువీరమ్మ, తండ్రి పెద్దపోతువన్నూరయ్య, వత్తిమడుగు, రేకులకుంట, జాండ్లవరం లాంటి కొన్నిప్రాంతాల్లో పంచాయతీలు చేసే పెద్దలను నగరివాళ్లు అంటారు. పెద్ద పోతుతండ్రి పెద్ద పోలయ్య నగరి వాళ్ళ ఇంటికి ఇల్లరికం వచ్చాడు. వీరు కూడా నగరి వాళ్లుగా నామకరణం చెందారు. ఈ నగరివారి ఇంటిపేరు వంకర, వన్నూరయ్య కూతురు నగరివన్నూరమ్మను వీర్నేనిచిన్న నరసింహనాయుడికి ఇచ్చి క్రీ.శ. 1764 లో వివాహం జరిపించారు. వన్నూరమ్మ తాతగారైన నగరిపోలయ్యకు సంతానం కలగకపోతే అనంతపురం జిల్లాలోని కళ్యాణదుర్గం వన్నూరు స్వామికి మొక్కుకున్నారు. స్వామి అనుగ్రహంతో పోలయ్యకు మగ బిడ్డ పుట్టాడు, అందుకే అతనికి వన్నూరయ్య అనేపేరు పెట్టారు. వన్నూరయ్యకు మగసంతానం లేదు, ఆడబిడ్డ పుట్టింది, ఆమె పేరు వన్నూరమ్మ. చిన్నతనం నుండే విలువిద్య, కత్తిసాము గుర్రపుస్వారీ, సైనిక వ్యూహం ఇలా యుద్ధపరమైన అన్ని విద్యలు నేర్చుకున్నారు.

గుండెనిండా ధైర్యం, శత్రువులపట్ల అతిభయంకరమైన క్రూరస్వభావం, కనికరం ఎరుగనిహృదయం, హిట్లర్ను మించిన నియంతృత్వం వన్నూరమ్మ సొంతం. ఈమె గోపిదేవి భక్తురాలు, పదహారువందల మంది యోధులను తన ఏలుబడికోసం పెంచుకున్న పాలేగత్తె. ఇంతవరకూ ఈమె గురించి కేవలంకట్టు కథలేకానీ, సమగ్రమైన చారిత్రక ఆధారాలతో ఆమె విషయాలను బహిర్గతంచేసినవారులేరు. మొట్టమొదటిసారిగా బొమ్మిశెట్టిరమేష్ ఆ లోటును తీర్చాడని చెప్పవచ్చు.

పాలఏకరిగొల్లవీర్నేనివిఠలపతినాయుడు వీర్నేని వంశంలో మొట్టమొదటి పాలెగాడు, ఆ వంశం అంతరించి పోయే సమయంలో బాధ్యతలను తన భుజస్కంధాల పైన మోసిన ధీరురాలు వన్నూరమ్మ.

వన్నూరమ్మ పాలేగత్తె అని రుజువు చేయడానికి చాలా ఆధారాలు నేటికీ ఉన్నాయి, ఆమె కట్టుకున్న కోటలు బీటలు వారాయి కానీ, ఆమె నడయాడినకొండలనుండి వీచే గాలులు మాత్రం ఆమె శౌర్యపు తాలూకు సువాసనలు నేటికీ వెదజల్లుతూనే ఉన్నాయి.

వన్నూరుమ్మకు చిన్ననరసింహనాయుడుతో క్రీ.శ1764లో పెళ్ళయ్యాక, నాయుడుచిన్నాన్న ఓబులపతినాయుడు కొడుకు రఘునాథనాయకుడు సాకెర్లపాడుకోటకు చిన్న నరసింహ నాయుడును పాలెగాడుగా చేశాడు. అప్పుడు ఆయనసొంత అన్న పెద్ద నరసింహ నాయుడు(దొర) తిప్పిరెడ్డిపల్లె కోటకు సంస్థానాధీశుడై ఉన్నాడు. క్రీ.శ. 1768 దువ్వూరుతాలూకా గ్రామాలను కొల్లగొడుతున్న, తిప్పిరెడ్డిపల్లె పాలేగాడు చిన్న నరసింహ నాయుడు సర్కారు నవాబుహలీంఖాన్ మీద తిరగబడి పైకం చెల్లించక సాకెర్లపాడు కోటను తనసొంతం చేసుకున్నాడు. క్రీ.శ1770 వరకు చిన్ననరసింహనాయుడు పరిపాలన సాగిస్తున్న సమయంలో, మట్లి దివాన్ చండూరిముసలినాయుడుతో అలీంఖాన్ మైత్రి చేసుకుని, కోటమీద రెండునెలలు పెత్తనం చలాయించాడు. కోటనే ఠాణాగా చేసుకున్నాడు.

తర్వాత చండూరి చిట్వేల్ కు వెళుతూ, మట్లివారి తరపున మంగన్నను కోటలో ఉంచాడు. క్రీ.శ. 1771జులై ఏడవతేదీన మంగన్న తన సైన్యంతో వచ్చి తిప్పిరెడ్డిపల్లె కోటలో ఉండే పెద్ద, చిన్న నరసింహనాయుడులపై పెత్తనం చలాయించాడు. ఇది సహించని నాయుడులు మట్లివారిసైన్యంపై యుద్ధానికిదిగారు, ఈయుద్ధంలో పెద్దనరసింహనాయుడు మరణించాడు, దీంతో చిన్ననరసింహనాయుడు వారి ధాటికి తట్టుకోలేక భార్య వన్నూరమ్మను తీసుకొని తిప్పిరెడ్డిపల్లెకోట వదిలి, ప్రొద్దుటూరు సంస్థానాధీశుడైన మురారినాయుడు పంచన చేరారు. క్రీ.శ. 1772 వరకు అక్కడే ఉన్నారు, తర్వాత క్రీ.శ1773 లో కందనవోలు తాలూకా చాగలిమర్రిలో సత్తెమ్మకోటలో అనారోగ్యం పాలైన చిన్న నరసింహనాయుడు భార్య వన్నూరమ్మతో కలిసిదాదాపు 8 సంవత్సరాలు చాగలమర్రికోటలో ఆశ్రయంపొందారు.

అనారోగ్యంతో వన్నూరమ్మభర్త చాగలమర్రికోటలో క్రీ.శ1780 లోనే కాలంచేశారు. 1781 వరకూ అక్కడే ఉండేది వన్నూరమ్మ. ఈసమయంలో కోటలన్నీ మట్లి అప్పయ్యరాజు ఏలుకొనే వాడు, తదనంతరం మైసూరు సుల్తాన్ హైదరాలి అనుచరుడు మీరూసాహెబ్ సాకెర్లపాడు కోటను తన అధీనంలోకి తెచ్చుకున్నాడు.

ఈవిషయాలన్నీ బాలవెంకటాద్రినాయుడు ద్వారా తెలుసుకున్న వన్నూరమ్మ, రగిలిపోయింది, భర్తనుపోగొట్టుకున్న బాధను గుండెల్లోదాచుకుని, కళ్లముందే తమ సర్వస్వాన్ని దోచుకెళ్తున్నారనే నిజాన్ని విన్న వన్నూరమ్మ. ఆడతనాన్ని ఆవలపెట్టి, వీరత్వాన్ని మేల్కొలిపింది. మట్లిరాజులను, మైసూరు హైదరాలి అనుయాయుల దర్బారును గడ్డిపోచలెక్కగా భావించుకుని విరగబడింది, తనసైన్యంతో సాకెర్లపాడు కోటను 1781లో తిరిగి స్వాధీనం చేసుకున్నది.

సాకర్లపాడు దుర్గం దర్పానికి, రాజసానికి పెట్టిందిపేరు, పెద్దనరసింహనాయుడు ఈ కోటను నిర్మించాడు. వన్నూరమ్మ ఇక్కడి నుండే పరిపాలన చేసింది. కోట విస్తీర్ణం 10 ఎకరాలు, బలీయమైన కోటగోడలు, శత్రువు దాటిరావడమనేది జరిగనిపని, పదిఅడుగుల ఎత్తు, ఆరడుగుల వెడల్పు, గోడకు వెలుపలవైపు పెద్ద కందకం సుమారు నాలుగడుగులు ఉంటుంది, చైనాగోడను తలపించేలా ప్రహరీ నిర్మించారు. కోటపైన "సాకెర్లపాడు" అని పెద్దక్షరాలతో తెలుగులో లిఖించబడింది. కోటకు తూర్పున వంక ఉండేది, ఇందులో చాకలివాళ్ళు బట్టలుతకడంతో ఆ ఊరికి సాకెర్లపాడు అని పేరుగాంచింది.

సాకెర్లపాడు కోటను తిరిగి వన్నూరమ్మ రాజధానిగా చేసుకుని పరిపాలన చేయడంతో సాకెర్లపాడుకోట వన్నూరమ్మ కోటగా మార్పు చెందింది. వన్నూరమ్మ స్నానం చేయడానికి రెక్కల బావిఉండేది, అక్కడినుండి కోటలోకి సొరంగ మార్గం ఉంది, తన సంపాదనను ఆ సొరంగంలోనే భద్రపరచేదంట. పాతాళ భైరవి సినిమాలోని రెక్కలబావి కల్పనకు మూలం వన్నూరమ్మ రెక్కలబావే మార్గదర్శి. వన్నూరమ్మ పాలనావ్యవహారాలను చూసుకోవడానికి దక్షతకలిగిన ఆరడుగుల ఆజానుబాహుడు గడ్డంలక్ష్మయ్యను నియమించుకున్నది.

ఒకరకంగా కర్ణాటక ప్రాంత వీరరాణి కిత్తూరురాణి చెన్నమ్మ సేనాని క్రాంతి వీర సంగోళ్లిరాయణ్ణను పోలి ఉంటాడు గడ్డంలక్ష్మయ్య. ఏ కోటమీద దాడిచేసేది ఒక్కరోజు ముందు గడ్డంలక్ష్మయ్యకు మాత్రమే చెప్పేది. ఇనాందారుల ధైర్యసాహసాలను గమనించిన వన్నూరమ్మ వారిని కూడా ఆధీనంలో పెట్టుకొని, భూములు వారికి ఇనాంగా ఇచ్చింది.

కోటకు పడమరవైపు రెండున్నర మైళ్ళ దూరంలో లంబతోక ప్రాంతంలో వందఎకరాల భూమిని సాగుచేసింది, ఈ సాగుకోసం ప్రకాశం జిల్లా నుండి పత్రాగొల్లలను పిలిపించుకున్నది. అప్పుడప్పుడు వన్నూరమ్మ కోటలోని వారందరికీ స్వయంగా వండి వడ్డించేది, అప్పుడుమాత్రమే తనొక ఆడకూతురులా కనిపించేది. వన్నూరమ్మ మీద దాడికి రావాలంటే రాజులుసైతం భయపడేవారు. వన్నూరమ్మకు మూఢనమ్మకాలపట్ల నమ్మకం ఎక్కువగా ఉన్నట్లు తెలుస్తోంది. నడుముకు చుట్టూ 108 తాయెత్తులు కట్టుకొని ఉండేది ఇవి శివునిశెలమునులు ఆమెకు కట్టారని చెబుతారు.

పుట్నాలపల్లె, నంద్యాలపేట, సోమిరెడ్డిపల్లె, పోచంరెడ్డి సంస్థానం మీద అల్లినగరం కోట కొమరోలు మండలం కొమార్ల రచ్చకోట, ఎలుమోరికొండవెలమ మోటుగడ్డ మొదలైన ప్రాంతాల సంస్థానాధీశులపై దాడిచేసి వారికోటలను, ఆస్తిపాస్తులను, పంటలను ఆక్రమించుకున్నది.

ముత్యాలపాడురంగప్పనాయుడు వన్నూరమ్మ ధైర్యసాహసాలను ప్రశంశలతో ముంచెత్తాడని ఒకసందర్భంలో తెలుస్తున్నది. కోటను రక్షిస్తున్న సత్యమ్మ అనే గ్రామ దేవత ప్రతిమ రాయిరూపంలో నేటికీ దర్శనమిస్తోంది. వన్నూరమ్మ తననివాసంనుండి బయలుదేరే ముందు మల్లమ్మ, పెద్దక్క, దుర్గమ్మలను దర్శించుకునేది. మోటు గడ్డంవారిపల్లె రెడ్ల కోటలపై దాడిచేసే

సమయాన్ని ముందుగానే వారికి చెప్పి చేసేది అది వన్నూరమ్మ పొగరు. మోటుగడ్డం రెడ్లు, వస్తాదులు ఆమె పొగరును అణచడానికి విధివిధాల ప్రయత్నించారు కానీ అవేవి వన్నూరమ్మ ముందు నిలువలేకపోయాయి.

కొమర్లరచ్చకోట మీదమాత్రందాడికి పోయేదికాదు, కొమర్లరచ్చకోట ఐక్యతకుమారుపేరు, కొమర్లు గోపిదేవి అనుగ్రహంతో పుట్టారని, అందువల్ల వారిని ఎవరూ ఓడించలేరని ప్రతీతి. వారి వ్యూహాలముందు వన్నూరమ్మ ఆటలు సాగేవికావు. అందుకే ఏదోలా వాళ్లమీద ఆధిపత్యం కోసం ఎదురుచూసింది. కోటసమాచారాన్ని కనుక్కునే పనిలో నిమగ్నమయ్యింది వన్నూరమ్మ. పాలుపోసే యాదవ మహిళతో సత్సంబంధాలు పెంచుకుని విషయాలన్నీ సేకరించింది. కోటకు పడమరవైపు రహస్యమార్గం తీగలేటిఒడ్డున ఉందనే సమాచారాన్ని పాలుపోసే ఆమెతో సమాచారం అందుకున్న వన్నూరమ్మ తన బలాన్ని ప్రదర్శించడానికి ఉబలాటంతో ఉంది.

కుమార్ల వెంకోజీకి పుత్రుడు జన్మించాడని, కోటలో పెద్దవేడుక జరగబోతోందని తెలుసుకున్నది. కొమర్లకు ఒకసంప్రదాయం ఉంది, వాళ్లందరూ ఒకేసారి కలిసి భోంచేస్తారు, భోజనానికి ఆకులముందు కూర్చొంటే మధ్యలో ఎట్టి పరిస్థతుల్లోనూ లేవరు. ఈ పద్ధతి అనాదిగా వస్తున్నది. ఈబలహీనతను వన్నూరమ్మ తనబలంగా మలచుకొని 400 మందియోధులను రహస్యమార్గం ద్వారా ప్రవేశింపజేసి, భోజనానికి కూర్చొన్న వందమంది కొమర్ల తలలను ఆకులముందే కూరగాయల్లాగా కోయించింది. ఆక్రమించుకున్న కొమర్లకోటను తన మొదటి విడిదిగా మార్చుకున్నది.

వన్నూరమ్మ కోటనుండి యుద్ధానికివెలితే, తనముందు 20మంది, వెనక 20 మంది బలమైన యోధులు ఉండేవారు, మధ్యలో వన్నూరమ్మ గుర్రంమీద దర్జాగా వెళ్లేది. వీరికి తోడు చుట్టూ సైన్యం కాగడాలను వెలిగించుకుని నడిచేవారు. యుద్ధ సామగ్రికి కావలసిన కత్తులు, ఈటెలు, బాణాలు తదితర సామాగ్రిని కంచర్లమరం ప్రజలు సమకూర్చేవారు.

వన్నూరమ్మకు సమకాలీనులు జాండ్లవరం నాయుళ్లు, వన్నూరమ్మకు, జాండ్లవరం నాయుళ్లకు సత్సంబంధాలుండేవి, బాలనరసింహనాయుడు, బాలవెంకటాద్రినాయుడుల చేష్టలతో విసిగి అల్లినగరంకోటను వశం చేసుకున్నది. ఆర్కాట్ నవాబులు వశం చేసుకున్న సిద్ధవటంకోటను నిజాం నవాబులు, తర్వాత మట్లి వెంకటరాజు, ఆయనతర్వాత హైదరాలి సొంతం చేసుకున్నాడు. పిదప చిట్వేలుజమీందారు కోటనుకైవసం చేసుకున్నారు, పట్రా పాలేగాళ్లు, చిట్వేలు జమీందారు ఇద్దరూ సిద్ధవటంకోటను ముదిరెడ్డిపల్లె పాలేగాళ్లైన గోపాల్ రెడ్డి, నరసింహారెడ్డిలకు అమ్మారు. ఈ కోటపైన కన్నేసి దాడిచేసి గోపాల్ రెడ్డి, నరసింహారెడ్డిలను హైదరాలీ శ్రీరంగపట్టణంనుండి పరివారంతోవచ్చి రెడ్లద్వయాన్ని అంతమొందిస్తాడు.

గోపాల్ రెడ్డి, నర్సింహారెడ్డి వన్నూరమ్మకు మంచిస్నేహితులు, ముదిరెడ్డిపల్లెపాలేగాళ్లు లేరనే విషయాన్ని జీర్ణించుకోలేకపోయింది. తిరిగి ముద్దిరెడ్డిపల్లెకోటను వన్నూరమ్మ వశంచేసుకోగలిగింది. హైదరాలీ మీద సలుం పట్టిన వన్నూరమ్మ అదునుకోసం ఎదురు చూసింది. క్రీస్తుశకం 1782 లో హైదరాలీషేక్ కప్పంవసూలుకోసం రాగా వన్నూరమ్మ హైదర్ తలనునరికి వేసింది.

హైదరాలీ కొడుకు టిప్పుసుల్తాన్ తన హమీల్దార్ ను ముద్దిరెడ్డిపల్లె కోటకు కప్పం వసూలుకై పంపాడు వాడుకూడా వన్నూరమ్మకు జంకి, కోట వెలుపలనుండే సంప్రదింపులు జరిపాడు. తర్వాత గోల్కొండ నిజాం నవాబుచే సిద్ధవటాన్ని వన్నూరమ్మ రక్షణకోసం తీసుకున్నది అయితే కప్పం చెల్లించాలి. సిద్ధవటం సమీపంలో పట్రాపాలేగాళ్లు బురుజులు కట్టుకుని స్వతంత్రంగా పరిపాలన చేసేవారు. వీరినిఅణచడానికి వన్నూరమ్మ ప్రయత్నించింది. కొత్రేపాలేగాళ్ల "గొల్లబోయలు" తలనొప్పిగా మారారు సమయం చెప్పి మరీ దొంగలించేవారు. అందుకే ఆ ప్రాంతంలో సామెతలు కూడా వారిపేరుమీద రికార్డయ్యాయి. పగలుపట్రా, రేయికొత్రా.... మలి దేవుని దగ్గర మాట తప్పినా... దెబ్బలావు దగ్గర దెబ్బ తప్పినా... పిట్టబోడు బండ దగ్గర పిడుగు పడినట్లే...లాంటి సామెతలు నేటికీ నానుతున్నాయి.

ఒకరోజు వన్నూరమ్మతో నీవుధరించినచీరను ఈరోజురాత్రికి దొంగలిస్తామని సవాల్విసిరారు, కోటలోఅందరినీ హెచ్చరించింది, గొల్లబోయలు చెప్పినట్లే ఆమెపడుకున్న రాణిమహల్ కోటలోకి ప్రవేశించి, తెల్లవారుజామున మూడుగంటలకు చీరను దొంగలించి కోటకుదక్షిణాన ఉన్న ఇసుకతిన్నెలపై ఆరేశారు. కాలక్రమంలో సిద్ధవటంను సరిగా ఏలుకోలేకపోయింది, సరైనఅంగబలం, ఆర్థికబలం లేక, గోల్కొండనవాబువారిసైన్యంతో వన్నూరమ్మపై దాడి చేయడం, తదితర లోపాలకారణంగా సిద్ధవటంకోటనుండీ బయటికి రావాల్సి వచ్చింది.

దినదిన ప్రవర్ధమానంగా వెలిగిపోతున్న వన్నూరమ్మను చూసి ఓర్చుకోలేకపోయారు నవాబులు, నిజాములు వన్నూరమ్మపై కాటువేయాలని పథకం రచించారు. నవాబుల సైన్యాధిపతి పీరు సాహెబ్, కడప నవాబ్ ఖాదర్ వల్లీఖాన్ వన్నూరమ్మను, బాలనరసింహాయుడును బంధించి తీసుకురమ్మని అప్పయ్యరెడ్డికి పురమాయించారు. దానికి ప్రతిఫలంగా అప్పయ్యరెడ్డికి కోటలను ఇస్తామని ఆశచూపారు. పైగా తనమిత్రుడైన తాతిరెడ్డి తలను వన్నూరమ్మ తీసేసిన విషయాన్ని అప్పయ్యరెడ్డి మరచిపోలేదు. ఫర్మానాను చూపించి వన్నూరమ్మను విచారణకు పిలిచారు.

విచారణకుఅప్పయ్యరెడ్డి కోటకువచ్చింది వన్నూరమ్మ, విచారణ జరిగింది. నవాబులకు మింగుడుపడని మెతుకుగా మారిన వన్నూరమ్మను మట్టికరిపించాలనే ఆలోచనతో, రాజద్రోహంకేసును మోపి, కొర్తి (మొనదేలిన సంద్రచెట్టు మానును గుదంలోకిదింపిచంపడం)

సరైనశిక్ష అని తీర్పిస్తారు. ఈశ్వరిదేవి పట్టుచీరను వన్నూరమ్మ అనుచరులు దొంగలించి ఆమెకిచ్చారంట దొంగలించిన చీరకట్టుకున్నది వన్నూరమ్మ. చీరను దొంగలించిన విషయాన్ని దివ్యదృష్టితోచూసిన ఈశ్వరిదేవి నిన్ను కడపనవాబులు సంద్రచెట్టుతో కొర్తివేసి చంపుతారని శాపంపెట్టింది. 1795 ఆగష్ట్ ఎనిమిదోతారీఖున దువ్వూరుసీమ, గంజికుంటసీమ, నంద్యాలపేట చుట్టుపక్కలగ్రామాల ప్రజలందరికీ విషయాన్ని తెలుపుతూ పెద్దచాటింపు వేయించారు. మోటుగడ్డంవారిపల్లె తూర్పువైపున బావిదగ్గర ప్రజలందరు చూస్తుండగానే, కడపనవాబు ఖాదర్ వల్లిఖాన్ సమక్షంలోనే పాలేగత్తెకు కొర్తివేశారు. మానుమీద దేహంఎండిపోయి, అస్థిపంజరంతో కూడినదేహం కొన్ని సంవత్సరాలు ఉండేదని స్థానికులు చెప్పుకొంటారు. నవాబులును, నిజాములను వణికించిన వన్నూరమ్మ,అయినవారిమోసానికి బలైపోవడం విచారకరం. సాకెర్లపాడు, కొమార్లరచ్చకోట, తిప్పిరెడ్డిపల్లెకోట, ముద్దిరెడ్డిపల్లెకోట, అంబవరపుకోట వన్నూరమ్మకోటలు. ఇవే కాకుండా వన్నూరమ్మపేరుమీద ఒకపల్లె కూడా నిర్మించింది.

ఇలాంటి ధీరమహిళను గురించి నేటిమహిళలకు తప్పినిసరిగా తెలియజేయాల్సిన అవసరం ఎంతైనాఉంది. చరిత్ర మరచిన విషయాన్ని శోధించి, సాధించిన బొమ్మిశెట్టిరమేష్ కు హృదయపూర్వక అభినందనలు. ఒకచక్కటి పరిశోధనకు మార్గం సుగుమంచేశాడు. ఇంతటితోనే సరిపెట్టుకోకుండా ఇంకా ఏమైనా లభ్యంకాని విషయాలుంటే పరిశోధనచేస్తే అనేక చారిత్రక విషయాలు తెలుసుకోవడానికి అవకాశం ఉంటుంది. అంతే కాకుండా ఎరుకలమ్మ, నాగమ్మ అనే ఇద్దరు పాలేగత్తెలున్నట్లు, వాళ్లు విజయనగరరాజుల కాలంలో కప్పంకట్టినట్లు చరిత్ర చెబుతోంది పరిశోధనలో తేలాల్సిఉంది.

ఆశాజ్యోతీయం అనే దినపత్రిక వారు ప్రచురించిన వన్నూరమ్మ పుస్తకంపై సమీక్ష

★★★★★

ఛిద్రమైన జోగినిల "బతుకు" చిత్రణ

కన్నడసాహిత్యంలో ప్రముఖ కన్నడ రచయిత్రి, గుల్బర్గాజిల్లా సావళిలో జన్మించిన డా.గీతానాగభూషణ కన్నడసాహిత్యంలో బలమైన ప్రాతినిథ్యపు సాహిత్యాన్ని తీసుకువచ్చిన రచయిత్రి, ఈమె నవలల్లో ఒక వర్గపు సామాజిక జీవితం మొత్తం డాక్యుమెంటరీలా దర్శనమిస్తుంది. గుల్బర్గా జిల్లా ఆచార సంప్రదాయాలు, చదువులు, కులవ్యవస్థ, అగ్రవర్ణాల దౌర్జన్యాలు, నిలువుదోపిడీలు ఒకటేమిటి ఆమె స్పృశించనికోణం లేదంటే నమ్మండి. ఈమె రాసిన బదుకు నవలను తెలుగులో బతుకు పేరుతో అనువదించారు ఆశాజ్యోతిగారు.

నవల పేరు బతుకే కానీ, అక్కడ బతకడానికి ఏమాత్రం అవకాశం కానీ, అనుకూలంకానీ లేని ప్రదేశం, పగబట్టిన ప్రకృతి కరువులొకవైపు, మదమెక్కిన మగ వికృతివాంఛలొకవైపు, వీటిని దాటి బతికడానికి ఆలోచిస్తే వ్యసనాల వలలు, వావివరుసలు మరచి కాలనాగులా కాటేస్తున్నా, ఒంట్లోని రక్తాన్ని గద్దల్లా పీల్చేస్తున్నా , కంట్లోనిచెమ్మను కదలనివ్వని లేత మూగగుండెల జాలి అరుపుల పిలుపులొకవైపు. వీటికితోడు భయంకర రాక్షస, క్రూర వింత ఆచారాలు, వీటన్నిటి మధ్య ఆరుతున్నదీపాలు ఎన్నో, కులంపేరుతోనో, మతంపేరుతోనో, ఆచారంపేరుతోనో, అడుగంటుతున్న జీవితాలను లెక్కించడానికి ఎన్ని వేల చిత్రగుప్తులవసరమవుతారో మనముందున్న బతుకు నవలను చదివితే అర్థమవుతుంది.

నవలలోని భాష గుల్బర్గాజిల్లా యాసలో నడుస్తుంది, మనం గుల్బర్గా ప్రజలజీవనశైలిని చూసి చలించినంత ఆర్ధత, అనుభూతి కలుగుతుంది , వారి మూలాల్లోకి మనల్ని నడిపించే మొదటిసాధనం ఆభాషలోని యాసే. బదుకు అని రచయిత్రి పేరు ఊరికే పెట్టలేదు ఆబతుకులను మనముందు సాక్షాత్కరింపజేశారు.

జోగిని వ్యవస్థ గురించి చాలా సాహిత్యం వచ్చింది, ఈ నవలలోని కొత్త విషయమేమంటే జోగినీ వ్యవస్థను తాను కళ్లారాచూసిన గీతానాగభూషణ తన వర్గ సమాజంలోని బాధితులకోసం నిలువెత్తు గొంతులా నిలిచారు. చరిత్రమాటున జరుగుతున్న అన్యాయాలను, అధ్యాయాలుగా వింగడించి సమాజానికి ఒక నివేదిక సిద్ధం చేశారు. తమప్రమేయంలేకుండా ఆఊబిలో చిక్కుకుని, తనకోసం ఆత్రుతతో వచ్చినవారికి కొంగుపరచి తన ఇష్టానికీ,మనసుకూ సంబంధంలేకుండా తమకంటూ ఒకజీవితం ఉందని కనీసం చెప్పుకోడానికి కూడా నోచుకోలేని జోగినీల మరణ వాంగ్మూలాలన్నీ గీతానావెల్ రికార్డ్ చేశారు. వాటికి రిపేరీలు చేయమని సమాజం ముందుంచారు, ఒకవర్గమే ఎందుకు జోగినీలుగా మారాల్సి వస్తోందో, ఎవరి స్వార్థం కోసం ఎవరు బలవుతున్నారో కారణాల అన్వేషణా బాణాలు సంధించిందీ నవల. అర్థంలేని నమ్మకాలు, కులవ్యవస్థ, పేదరికం, వ్యసనాలు బతుకుల్ని ఎంతగా బలితీసుకొంటాయో ప్రత్యక్ష

సాక్షి బతుకు నవల.

శివల్లి కల్బుర్గి జిల్లాలో మరాఠావాడకు దగ్గరగా ఉండే గ్రామం, ఇక్కడ వివక్ష బిడ్డ భూమ్మీద పడ్డప్పటినుండీ ప్రారంభమై, వారికి పేర్లు పెట్టడంలోను, వారి నివాస స్థలాలు, వారి దేవుళ్లు, వారి భాష అన్నీ మైలపడ్డ భావనతోనే సాగుతుంది. కెళగేరి పల్లెలోని దొర చెన్నబసప్ప, కుక్కణ్ణిబాబూరావు, సావాకర ఇసనాథరెడ్డి, సుబేదార ఎంకటప్పనాయక లాంటి పెద్ద పెద్ద ఆసాముల ఇల్లు గచ్చుతో చాలా వైభవంగా నున్నగా మెరుస్తుంటాయి. మిగతా శూద్ర, నిమ్న వర్గాలవారివి మట్టిఇళ్లు, పూరిగుడిసెలు. ఊర్లో ఉండే నిమ్నవర్గాల వారు హీరోద్య అనే దేవుణ్ణి నిత్యం కొలుస్తుంటారు, ఈయన పేరును అడ్డంపెట్టుకొని కొంతమంది ఆ ఊరి పెద్దలు ఎంతమంది ఆడవాళ్ల మానాలను, ప్రాణాలను బలితీసుకొన్నారో ఆ దేవుడుకి కూడా అంతుచిక్కదు.

పుట్టింటికెళ్లేటప్పుడు భర్తకు చెప్పడమైనా మరచిపోతారేమో కానీ దేవునికి మొక్కకుండా ఏ ఆడ కూతురూ ఆ ఊరుదాటి వెళ్లదు. ఒకవేళ అలా వెళితే కలలోకైనా వచ్చి శరీరాన్ని అంతటినీ పీల్చి పిప్పి చేసి, పిల్లల్ని కనే గర్భసంచిద్వారాన్ని మూసివేస్తాడని వారి నమ్మకం. మనుషులు పెట్టే బాధలు చాలవన్నట్లు, దేవుళ్ల రూపంలోకూడా ఆ ఊరిఆడోళ్ళ జీవితాలతోనూ, వారినమ్మకాలతోనూ ముడిపెట్టి చంపేస్తుంటారు.

ఆంగ్లేయుల కాలంలో పేర్లకుముందు సుబేదారు, జమీందారు, నాటీకారు, వాలేకారు, తలారి అని సర్కారు పనులను చేసేవారి పేర్లముందు చేర్చావారు, ఇలా ఆంగ్లేయులకాలంలో మల్లప్పకుటుంబీకులు జమాదారుగా పనిచేస్తుంటాడు, అదే వాళ్ల ఇంటిపేరుగా స్థిరపడిపోయింది. కెళగేరిలో జమాదార మల్లప్ప ఇల్లంటే మెరుస్తుంటుంది, ఈయన భార్య మల్లమ్మ, వీరి సంతానం ఇద్దరు ఆడపిల్లలు, శాణమ్మ, కాశమ్మ, కొడుకు పేరు కళ్యాణ్.

మల్లప్ప మలచిన శిల్పంలా ఉంటాడు, మల్లప్ప చిరునవ్వుకు పరవశించని ఆడవాళ్లు ఆ ఊరిలో లేరంటే అతిశయోక్తికాదేమో!ఆయన ఒక్కసారి చూస్తే చాలు జీవితాన్ని ముడుపుగా కట్టి ఇచ్చేద్దామని ఎదురుచూసే ఆడవాళ్లకు కొదవేదు. మల్లప్ప రసికత్వానికి ఎలుకలాంటి పెళ్లాం మల్లమ్మ ఎక్కడా సరిపోదనేది ఊర్లో జనం గుసగుసలు,అందుకే మల్లమ్మతో శృంగారమంటే మల్లప్పకు గిట్టని వ్యవహారం. తొలుగులు తప్పించుకున్న ఆంబోతులా మల్లప్ప ఊరిమీద పడి ఎక్కడంటే అక్కడ తన పడగ విప్పేస్తుంటాడు. మల్లప్ప వంశానికి ఏదో స్వామి శాపం అంట, అందుకే ఆ కుటుంబంలో ఒకడు తప్ప అందరూ ఆడసంతానమే.

అస్తమించే సూర్యుడిలా మల్లప్ప వయసుగడిచే కొద్దీ కాస్త శాంతించాడు, మల్లప్ప మంచి వేటగాడు, అన్నింటినీ చేజిక్కించుకోగలడు, రోజూ ముక్క నమలనిదే తిండిదిగదు, కామాంధుడైన మల్లప్పలో కూడా మానవత్వం పరిమళించిన సందర్భం కనిపిస్తుంది. పాముకరిచి

చావుబతుకుల మధ్య కొట్టుమిట్టాడుతున్న కాశీంబీ తానిక బతకనని గ్రహించి, నాబిడ్డ తల్లి, తండ్రి లేని అనాథ అయిపోతాడనే కారణంగా 12 ఏండ్ల ఫతరును మల్లప్ప, మల్లమ్మకు బిడ్డను అప్పగించి చనిపోతుంది, అప్పటినుండీ ఫతరూ మల్లప్పఇంట్లోనే సొంతబిడ్డలా ఉంటాడు.

పెద్దకూతురు శాణమ్మను హోలప్పకిచ్చి పెళ్లి జరిపిస్తాడు, హోలప్ప కల్బుర్గిలో ఫ్యాక్టరీలో నౌకరీ చేస్తుంటాడు, వీరికి బంగారి, శివు ఇద్దరు సంతానం, ఏ అరమరకలు లేకుండా చక్కటి అనుబంధంతో జీవనం చేస్తుంటారు. కెళగేరిలో అందరికంటే షావుకారు గురులింగప్ప, ఆయనపేరే షావుకారు గురులింగప్ప కొడుకు లింగరాజు, ఇతను కల్బుర్గిలో చదువుకుంటుంటాడు, పండువెన్నెలకు కూడాలేనంతతెల్లదనం, జలపాతం కన్నా స్వచ్ఛమైన మనసైన మల్లప్ప రెండవ కూతురు కాశమ్మను ప్రేమిస్తాడు. ఇద్దరూ పెద్దలకు తెలియకుండా చేలగట్లు, తోటలు, వంక వాగులు ఒకటేమిటి ఎక్కడచూసినా ఈ జంట పాద గుర్తులే.

విషయం ఊరంతాపాక్కింది, ముందుగా గురులింగప్ప చెవినపడేసరికి మల్లప్పను పిలిపించి నానా దుర్భాషలాడాడు, ఇది తట్టుకోలేని మల్లప్పకూతురునుఎడాపెడావాయించేస్తాడు. మేమిద్దరం ప్రేమించుకున్నామని గట్టిగా పెద్దమనుషులతో చెప్పినాఎవరూవినరు చాదస్తం, కులపిచ్చి ఇద్దరి ప్రేమను దూరం చేయాలని ఆలోచించింది. లింగరాజుకు కాశమ్మంటే చాలా ఇష్టం, ఆమెలేని జీవితం నీరు లేని పైరులాంటిదని అతని భావన, కాశమ్మ పరిస్థితి కూడా అంతే కానీ ఆడవాళ్ల ఆలోచనలకు విలువిస్తేకదా.

మల్లప్ప కాశమ్మను కొన్నాల్లు కల్బుర్గిలో పెట్టి, మార్తాండకు ఇచ్చి పెళ్లి చేసేస్తాడు. యజమాని అమ్మిన పశువులా, కొన్నవాడి వెంట మూగెద్దులా భర్త వెంట నడిచిందికాశమ్మ.

మల్లప్ప కారు పున్నమికి కూతురుని ఇంటికి పిలుచుకుని వచ్చాడు, మూడేళ్లు అయ్యింది కాశమ్మ పుట్టింటికి వైపు తిరిగి చూడక, అప్పటికే లింగరాజుకు కూడా పెళ్లైపోయింది.

కారుపున్నమి కర్ణాటక మొత్తం జరుపుకునే పండుగ, ఈ పండుగంటే యువకులకు చాలా సరదా!జాతరలో కాశమ్మ లింగరాజు భార్యను నీలమ్మను చూసి అసూయపడింది, తనకుజరిగిన మోసాన్ని తలచుకుని భాధపడింది, ఇద్దరికీ పెళ్లిళ్లు మాత్రమే అయ్యాయి. ఊరిజనం వీళ్ల ప్రేమసంగతిని మరచిపోయారు, బాధితులు మరచిపోలేదు, మరచిపోవడానికి అది జ్ఞాపకం కాదు కదా ప్రేమ. పెళ్లయినా లింగరాజుకు తనే లోకమనే విషయాన్ని లింగరాజు జీతగాళ్లనుండి విషయాన్ని తెలుసుకున్న కాశమ్మ, కాశమ్మమనసునిండా లింగరాజే కొలువై ఉన్నాడని స్నేహితురాలు లచ్చిమిద్వారా గ్రహించాడు లింగరాజు. అందరూ పీర్లపండుగ, నింబాజీ పండుగల్లో ఉత్సాహంగా గడుపుతుంటారు, వీరిద్దరు మాత్రం తాము మునుపు గడిపిన రోజుల ఊహల ఊయల్లో ఊగుతూ ఎప్పుడెప్పుడు కలుసుకుందామా అనే ఆత్రుతతో ఎదురు చూస్తుంటారు, నిరీక్షణ ఫలించింది, కాశమ్మ స్నేహితురాలు లచ్చిమి ఇద్దరినీ కలుపుతుంది.

కాశమ్మ మార్తాండకు తనప్రేమాయణం గురించి మొత్తంచెప్పడం, కాశమ్మ ప్రేమించిన లింగరాజు దగ్గరికి వచ్చేయడం జరుగుతుంది, మార్తాండకాశమ్మ కోసం విలవిల్లాడుతాడు, తననువదిలివెళ్ళొద్దని బతిమలాడుతాడు ఫలితంలేకపోయింది. జనం దృష్టిలో మాత్రమే మనం భార్యాభర్తలం, నా మనసంతా కాశమ్మే అల్లేసుకుంది ఆలోచించుకో అని లింగరాజు నీలమ్మతో తేల్చిచెప్పి, భార్యఅంగీకారంతో లింగరాజు, తనకోసం అన్నీవదులుకుని వచ్చిన కాశమ్మను తోటలో పెట్టి ప్రేమగా చూసుకొంటుంటాడు.

గాడితప్పిన కాశమ్మ జీవితాన్ని తలచుకొని మనోవేదనతో మల్లప్ప చనిపోతాడు ,తండ్రి ఆఖరిచూపుకు కూడా కాశమ్మను రానివ్వరు, మల్లప్ప చావును చూడటానికి వచ్చిన మార్తాండ, తన ప్రాణమైన కాశమ్మను చివరి సారిగా చూసి పోదామని కాశమ్మ బావగారైన హాలప్పతో బతిమిలాడుకుంటాడు, హాలప్ప కాశమ్మ దగ్గరికి తీసుకెళ్లడం, మార్తాండ తనతో రమ్మని కాశమ్మ కాళ్లమీద పడి వేడుకొంటాడు కానీ, కాశమ్మకనికరించలేదు. ఒకరిది ప్రేమ, మరొకరిది బాధ్యత ఇద్దరూ తనకు కావాల్సినవాళ్లే ఎటుపోవాలో గమ్యం తెలియని కాశమ్మ సమ్మెటకింద ఇనుప ముక్కలా విలవిల్లాడిపోతుంది. ఆ మథనాన్ని చదువుతుంటే ఎక్కడో గుండెలోతుల్లోనుంచి దుఃఖం పొంగిప్రవహిస్తుంది, మనసు బరువెక్కుతుంది.

కాశమ్మ తిరస్కరించడంతో పిచ్చోడైన మార్తాండ కాలువలోకి దూకి చచ్చిపోతాడు. కాశమ్మ వల్ల పరువుపోయి, భర్తపోయి జీవచ్ఛవంలా బతుకుతుంటుంది మల్లమ్మ, కళ్యాణ్ కు తన పెద్దకూతురు శాణమ్మ కూతురైన బంగారితో పెళ్లి జరిపిస్తుంది మల్లమ్మ, కళ్యాణ్ మీద హత్యకేసు రావడంతో కళ్యాణ్ కు శిక్షపడిందనే విషయం తెలియగానే మల్లమ్మలోఉన్న కొనఊపిరి ఆగిపోతుంది. ఇంట్లో చిన్నపిల్లలు, ఏ తోడూలేని అశక్తురాలు బంగారి, ఇల్లుగడవడం కష్టమైపోతుంది. కళ్యాణ్ 14 సంవత్సరాలు జైలునుంచి రాడనే విషయం తెలుసుకున్న ఆ ఊరి మగవాళ్లందరూ పుట్టెడు బాధల్లో, పుస్తెఉన్నా పూటగడవడం కూడా కష్టంగా ఉన్న బంగారిని సుఖపెట్టాలని మగాళ్లందరూ ఎవరెవరి ప్రయత్నాలు వాళ్లు చేస్తూనే ఉన్నారు అలుపులేకుండా.

నమ్మకంగా ఇంటిపక్కనే ఉన్న మాజీ జోగిని మురుగవ్వ ఇరుపాశెప్ప దగ్గర పడుకోబెట్టడానికి, ఆయనకు వకాల్తా పలకడం బంగారికి అంతుచిక్కడం లేదు. భర్త జైల్లో ఉండగానే కూతురు పెళ్లి చేసింది బంగారి, కొడుకు మాత్రం మరాఠీ అమ్మాయిని పెళ్లి చేసుకొని, తండ్రి చేసిన హత్య తాలూకు జ్ఞాపకాల పగతో నాన్నకు దూరంగా ఉంటాడు. కళ్యాణ్ జైలునుండి బయటికు వచ్చేసరికి ఊరు, మననుషులూ చాలా మారిపోయింటారు, తన స్వంతఊర్లోనే పొరుగూరి మనిషిలా అందరూ చూస్తుంటే జైలే నయమనిపించింది కళ్యాణ్ కు. దిక్కుతోచక, మనసు బేజారుపడుతుంటే కళ్యాణ్, బంగారీలు మనశ్శాంతికోసం శ్రీశైలానికి వెళ్తారు, తిరుగు ప్రయాణంలో బస్సు ప్రమాదంలో ఇద్దరూ చనిపోతారు.

శివల్లిలో మాపురతాయి అనే గ్రామదేవత పరుస జోరుగాసాగుతుంది, ఆసందర్భంలో శూద్రుల ఇండ్లన్నీ రంగురంగులపూతలతో మెరిసిపోతుంటాయి, అణగారిన వర్గాల ఇండ్లన్నీ పేడ, సున్నం పూతలతో వాళ్ల నిత్యబతుకుల్లాగే కళావిహీనంగా ఉంటాయి. ఈ పరుసలోనే అమాయక అమ్మాయిలను జోగినిలుగా అమ్మవారికి అప్పజెప్పుతారు.

భర్తకు ఆరోగ్యం బాలేనప్పుడు పూజారి ఒంటిమీద దేవుడు వచ్చి నీ భర్తకు రోగం నేను నయంచేస్తాను, కాకపోతే నీ బిడ్డను దేవుడిసేవకు వినియోగించాలనే ఒప్పందంలో భాగంగా, తాళి తెంపుకోవడం ఇష్టంలేక కడుపుకోతకి తల్లి సిద్ధపడి పరుసలో మల్లయ్యతోటలో పనిచేసే భరమ్మా, మరగిల అపురూప గారాలపట్టి నీలమ్మను జోగినిచేసి దేవునికి అప్పగించారు.

జోగిని అంటే మాపురతాయి దేవత సేవకు నియమింపబడ్డ స్త్రీ, ఆమె చనిపోయేదాకా ఎవ్వరినీ వివాహం చేసుకోరాదు, గౌడకానీ, కులకర్ణికానీ ఆమెను ఉంచుకొన్నందుకు ఖర్చు, పెద్దమొత్తంలో డబ్బు, పట్టుచీర, ఉత్తరీయం, బంగారపు అంచు వస్త్రం, మంగళసూత్రం, పచ్చగాజులు, కాలుంగరం మొదలైనవన్నీ ఇవ్వాలి. ఆమెకు చీరచుట్టి ఆమె ఎడమపక్క కత్తి పెట్టి, జరగబోయే ప్రమాదానికి ముందేసంకేతంగా కత్తినే భర్తగా భావించి, సింగారించి దానికే అమెతో పెళ్లితంతులన్నీ ముగించి తాళి కడతారు, తలపైన వెదురుబుట్ట మోయిస్తారు, అంతటితో ఆమె జోగినిగా మారే వ్యవహారం ముగుస్తుంది. అప్పటినుండి ఆమె చుంచూరు మాపుతరాయి జోగిని అవుతుంది, ఆ రాత్రి తనను ఉంచుకున్న వ్యక్తి ఆమె యవ్వనపు విల్లును ఎక్కుబెట్టి, కన్యత్వంపై వరుసబాణాలతో చెదరగొట్టి, ఆమెను ఒక పశువులా పడుండేలా ఎవరు మేతపెట్టినా సేద్యం చేసుకొనేందుకు అంగీకరించేలా చేసేస్తాడు. వాడే ఆ రాత్రికి, ఆఊర్లో మొనగాడికింద లెక్క. అప్పటి నుండీ దాహంతో వచ్చిన ప్రతీ మగోడికీ నీటి చెలమే జోగిని. పగలంతా తలపైన దేవుడిబొమ్మను పెట్టుకొని ఇల్లిల్లూ తిరిగి అడుక్కోవడం, రాత్రయితే ఎవరుకోరితే వాళ్లకు ఆనందాన్నివ్వడం జోగినుల నిత్యకృత్యం.

నింబవ్వ అనే ముసలి మాజీ జోగిని తులసి లాంటి కొత్తగా జోగినిలుగా మారబోయే వాళ్లను హెచ్చరిస్తుంటుంది, కానీ ఏంలాభం, గ్రామపెద్దల కోరికల అభీష్టం మేరకు పూజారి పక్కా ప్రణాళికతో ఈడొచ్చిన అమ్మాయిల ఇండ్లనే ఎంచుకొని, వాళ్లకుటుంబాలకు ఒళ్లోకొచ్చి వారికి శుభాలు కలిగేలా వరాలిచ్చి, ప్రతిఫలంగా ఆడపిల్లలను జోగినిలుగా మార్చేందుకు రోడ్ మ్యాప్ వేస్తుంటారు. పిక్కబలం, అధికారం, అజ్ఞానం తోడుగా పెనవేసుకుపోయినప్పుడు, కూటికి కూడా దిక్కులేని మాజీ జోగినిలు ఏం మార్పు తీసుకు రాగలరు.

బిడ్డలులేని మానింగప్ప, మాలవ్వ తనకు సంతానం కలిగితే జోగినిగా మారుస్తానని మొక్కుకోవడం, ఇద్దరు కవల పిల్లలు పుట్టగానే ఆ ఇద్దరూ దేవునివరంవల్లే జన్మించారని నమ్మి, ఇద్దరిలో ఎవర్ని జోగినిగా మార్చాలనే సందిగ్ధతతో పంచాయితీ పెట్టడం, మాపురతాయి వరంవల్ల పిల్లలు పుట్టారుకాబట్టి ఇద్దరినీ జోగినిలుగా మార్చండని పూజారి, పెద్దమనుషులు తీర్పు చెప్పడం,

అందుకు తల్లిదండ్రులు అంగీకరించి తమ సంతానాన్ని దగ్గరుండి మరీ వేశ్యలుగా మార్చడం నవలలో మరచిపోలేని విషాదకరమైన విషయం.

నీలమ్మ అనే అభం శుభం తెలియని అమ్మాయిని ఇష్టంలేని జోగినీ వ్యవస్థలోకి తల్లిదండ్రులు, ఆనాటి సమాజం బలవంతంగా తోస్తుంది, నీలమ్మను చాటుగా ప్రేమిస్తున్న తుకారామ్ పారిపోయి పెండ్లిచేసుకోవాలనుకున్నారు, కానీ జోగిని అయిన నీలమ్మను చూసి నువు చెడిన ఆడదని, ఊరందరి ఉంపుడుకత్తెవని మొహంమీదే చెప్పడంతో , ప్రేమించిన వ్యక్తి దూరమవుతాడని తెలిసి అవమానభారంతో బావిలోకిదూకి చనిపోతుంది నీలమ్మ.

జోగినిగా మారిన తులసమ్మను హుసేనప్ప ప్రేమించి పెళ్లిచేసుకోవాలన్నప్పుడు ఊరిజనమంతా పంచాయితీ పెట్టి ఇద్దరినీ ఊరినుండీ వెలేస్తున్నట్లు తీర్పు చెప్పినా, మీరు కాదు మేమే ఈ ఊరిని, ఊరి కట్టుబాట్లను వెలేస్తున్నామని గట్టిగా చెప్పి ఊరిని వదిలేశారే కానీ, వారి ప్రేమను వదులుకోలేదు. ఇక్కడ తులసి హుసేనప్ప పాత్రలు అభ్యుదయానికి, మార్పుకు నాందిగా భావించవచ్చు. మల్లప్ప ఇంటిసందులో నాగవ్వ భర్తను పోగొట్టుకొని, కొడుకు రామయ్యకోసం నిష్టగా మగోడిలా బతికింది, ఎన్నో కష్టాలకోర్చి కొడుకు రామయ్యను పెంచిపెద్ద చేసి ప్రయోజకున్ని చేసింది, ఈడిగ సాంబయ్యతో సహవాసం ఉందని ఊర్లోని జనాల పుకార్లకు తలొగ్గి కోడలి అసహనానికి లోనై ఇంట్లోనుండి నెట్టేయబడింది.

నవలలో మరొక సాహస మహిళ పార్వతి, భర్త చనిపోయాక పార్వతి కల్లంగడి వద్ద బజ్జీల వ్యాపారాన్నే కొనసాగిస్తూ కొడుకుని పెంచి పెద్దచేసింది, వాడు పెద్దయ్యాక బొంబాయికి పారిపోయి అక్కడే ఒక సాయాబులమ్మాయిని పెళ్లిచేసుకొని బతుకుతుంటాడు. తల్లీ, కొడుకు మధ్య సంబంధాలు అంతంత మాత్రంగానే ఉంటున్నాయి, పార్వతి చాలా తెలివిగా వ్యాపారం చేసుకొంటూ ఎవరిమీదా ఆధారపడకుండా జీవిస్తుంటుంది. తనకు కోరిక కలిగితే ఎంతటి మగాన్నయినా లోపలికి ఈడ్చుకొని తలుపేసుకోగల రసికురాలు, పట్టుసడలని నిగ్రహమున్న మగాడు సైతం బజ్జీలపార్వతి ఎదురుపడితే కళ్లప్పగించి చూడాల్సిందే.

తాగిబందరాయినిదెయ్యమని కౌగిలించుకొనే గుర్రప్ప, గుర్రప్పతో గొర్రెపిల్ల చేసే తమాషా అన్నీ కొత్త అనుభూతినిస్తాయి. ఈ నవలకు పరపరాకాష్ట, అతి జుగుప్సాకరమైన పాత్ర మూక్యా అనే పచ్చి తాగుబోతు పాత్ర, వీడి అసలు పేరు మూకనాథ, తప్పతాగి ఊర్లోని జోగినులను, వేశ్యలతోనే కాకుండా ఇంటికివచ్చి భార్యతో శృంగారం కోసం వెంపర్లాడి, ఆమెకు చూపించే నరకాన్ని చెప్పుకోడానికి కూడా సిగ్గుగా ఉంటుంది. మూక్యా పెళ్లాం పేరు కల్లవ్వ, నిజానికి ఈమె పరిస్థితి అల్లకల్లోలం, ఎప్పుడూ కడుపుతోనే ఉంటుంది, భార్య ఏ స్థితిలో ఉన్నా మూక్యా ఇంటికి రాగానే ఆమె తన శరీరాన్ని వీడికప్పగించాల్సిందే, అలా ఒకరోజు తప్పతాగి వచ్చి, నిండు చూలాలైన కల్లవ్వ మీద పడి రక్కేస్తుంటాడు, నా వల్ల కాదని వేడుకున్నా వినడు, కాళ్లుపట్టుకుని బతిమలాడింది, కనీసం ఇంకో రెండురోజులు ఓపికపట్టమన్నది,

వినిపించుకోలేదు, అంతే వాడి కామ ప్రవాహానికి లోపలిపిండం గడ్డలు గడ్డలుగా రక్తం రూపంలో ఆమెను తడిపేశాయి.

కాశమ్మ ప్రేమకు ఫలితంగా తండ్రిచావునుకూడా చూడలేనిస్థితి, కట్టుకున్నోడు పిచ్చివాడై ఆత్మహత్య చేసుకొన్నా వెళ్లలేని దౌర్భాగ్య దుర్గతి, తల్లి, అక్క, తమ్ముడు అందరూ పస్తులతో గడిపినా అన్నీ ఉన్న కాశమ్మఏమీ చేయలేనితనాన్ని తలచుకుంటే హృదయం ద్రవిస్తుంది. కళ్యాణ్ ను బయటికి తీసుకురావడానికి అక్క కాశమ్మ అందించిన ఆర్థిక సహాయం నవలలో ప్రధాన అంశం. ఇంకా నవలలోని అల్లకల్లోల ఆడవారి జీవితాల గురించి చదువుతుంటే హృదయవిదారకంగా ఉంటుంది నవలా పఠనమంతా.

కులాలు,అంతస్థుల వలలోఇరుక్కోకుండా, కట్టుకున్నోళ్లను కాదనుకొని, ఎన్ని సవాళ్లెదురైనా మాటతప్పకుండా జీవితమంతా కాశమ్మను ప్రేమగాచూసుకొనే లింగరాజు ప్రేమలోని నిజాయితీ, నమ్మిన ప్రేమకోసం కుటుంబం మొత్తం బలితీసుకున్నా వెనుకడుగు వేయని కాశమ్మ పాత్రలు అరుదుగా అనిపిస్తాయి. ప్రేమే జీవితమని నమ్మిన కాశమ్మ అందరి ప్రేమకు దూరంగా, సమాజం దృష్టిలో దోషిగా అందరికీ ఎడంగా బతికింది.

నవలనిండా భర్తపోయినోళ్లు, భర్తఉండీ సుఖం అందక పక్కచూపులు చూసేవాళ్లు, కుటుంబంకోసం పడుపువృత్తిని వెదుక్కున్నవాళ్లు, ఆచారం ముసుగుతో జోగినిలుగా మారినోళ్లు, బిడ్డలు పుట్టని తల్లులు పూజారి ఆదేశంతో తమ బిడ్డలనుజోగినిలుగా మార్చినోళ్లు, జోగినిలుగా జీవితాన్ని గడిపి తినడానికి తిండిలేని అనుభవాలు, మద్యానికి అలవాటు పడి భార్యలను పట్టించుకోని భర్తలు, భర్తవదిలేసినా ఇష్టంకొద్దీబతుకుతున్నఆడోళ్లు, ఏ తోడులేకున్నా నిజాయితీగా బతుకుతున్నోళ్లు, తమ దర్పం ప్రదర్శించుకోడానికి ఉంపుడుగత్తెలను ఉంచుకున్నోళ్లు, ప్రాణం పోయినా ప్రేమను వదలకుండా ఉన్నోళ్లు, జోగినిలను కూడా ఇష్టంతో ప్రేమించి ఊరందరూ తిరస్కరించినా పెళ్లి చేసుకున్నోళ్లు, భార్య ఏ స్థితిలో ఉన్నా తనను సుఖపెట్టమని బలవంతం చేసి, నిరాకరించిన ఆడపిల్లల తలలు పగలగొట్టినోళ్లు, వాళ్లు, వీళ్లు అని కాదు సమిష్టివ్యక్తుల బుద్ధులన్నీ ఈ బతుకు నవలలో కనబడతాయి. బతుకు అంటుంది కానీ సమాజం ఎక్కడా వాళ్లకు బతకడానికి అవకాశమివ్వదు, అలాంటి బతుకుల్లో కూడా సంతోషాలను వెదుక్కున్నారు, వచ్చిన కష్టాలన్నింటినీ ధైర్యంగా స్వాగతించారు. వారి బతుకులను ఒకసారి చూడండని, సమాజానికి దూరంగా బతుకుతున్న కళలేని బతుకులే ఇతివృత్తాలుగా తీసుకొని నవల రాయాలనిపించడం రచయిత్రి ఆలోచనలకు అద్దం పడుతుంది. ఉత్పత్తిరంగంలో భాగం పంచుకున్న శ్రామిక వర్గం, వాటిని అనుభవించడంలో చాలా దూరంలో ఉండిపోయారు, వాటిగురించి ఇక్కడ మాట్లాడితే అదే ఒక నవలకన్నా పెద్దదవుతుంది, దానికి కారణాలనేకం. ఆ చీకటి బతుకుల వ్యథలను తన సున్నితమైన గుండె కెమరాలో బంధించి, సమాజ వేదికమీద పవర్ పాయింట్ ప్రజెంట్ చేశారు గీతానాగభూషణ్ గారు. అంతే నిబద్ధతతో

ఏమాత్రం భావం చెడకుండా, మూలభాషలోని ఒక వర్గప్రాదేశిక మాండలిక యాసను ఆకలింపు చేసుకుని, దానికి సమాన పదజాలాన్ని లక్ష్యభాషలో వెతుక్కొని రాయడం అనేది అందరికీ అబ్బేంత సులువైనవిద్య కాదనే విషయం నవల చదివాకే బోధపడుతుంది. అసలు ఇది అనువాదమా లేక సొంతరచనా అనేంతగా అచ్చం తెలుగులో, తెలుగుప్రాంతంలో జరిగిందనేలా మనకు అనుసృజన చేసి అందించారు ఆచార్యఆశాజ్యోతి గారు.

బతుకు పుస్తకంపై వచ్చిన సమీక్ష భూమిపుత్ర దినపత్రిక వారు ప్రచరించారు.

★★★★★

ప్రాచీన మహిళా సాహిత్యంలో స్త్రీల అలంకరణలు–మనసంస్కృతి

సంస్కృతి సంప్రదాయాలు అంటే మనకు ఠక్కున స్పురణకు వచ్చేది స్త్రీలే, అయితే పురుషులు సంస్కృతిని రక్షించాల్సిన బాధ్యత లేదని కాదు నా ఉద్దేశం. మన భారతదేశ సంస్కృతి ఇతర దేశాలపై చాలా ప్రభావం చూపుతుంది.మన సంస్కృతికి ఎనలేని గౌరవం ఉన్నది,ధేశ ఔన్నత్యాన్ని చాటడంలో శాంతి,సహనం సైన్యం ఎంత ముందువరుసలో ఉంటాయో, సంస్కృతి సంప్రదాయాలు కూడా అంతే ముందున్నాయి.మన సంస్కృతిలోభాగమైన పండుగలు,కళలు, అచారాలు,సంప్రదాయాలు,అలంకరణలు చెప్పక్కర్లేదు.ఆడవారి వేషభాషల గురించి చాలా ప్రాచీన కావ్యాల్లో వర్ణంచారు. అందుమన్నది వస్తువుల్లో గాని వ్యక్తుల్లోగాని లేదు, ఆ వస్తువుల్ని, వ్యక్తుల్ని చూసేవారి చూపులో ఉన్నది. అలంకరణవల్ల అందం మరింత పెరగవచ్చు అలంకరణ ప్రవృత్తి ప్రాచీన కాలంనుండి నేటి వరకు పురుషుల్లో కంటే స్త్రీలలోనే ఎక్కువ, ఇది వేష భూషాదుల్లో బహిర్గతమవుతుంది అలంకరణలో చాలా రకాలున్నాయి, వారి వారి ఇష్టం, తాకత్తును బట్టి వారు అలంకరణలు చేసుకొంటారు. ఆకర్షణ కోసం ,ఉల్లాసంకోసం, స్వప్రయోజనం ఇలా అలంకరణలు చేసుకొంటారు. యుక్తవయసులో ఉన్నవారు పరస్పరం అయస్కాంతాల్లా ఒకరిని ఒకరు కవ్వించడం ,కవ్వించాలనుకోవడం సహజం అందునా ఏవైనా వేడుకలు ఉన్నప్పుడు మరీ ఉధృతంగా ఉంటాయి అలాంటి ఆలోచనలు. కవ్వింపుకు భీజం అలంకరణలే కదా ఇలాంటి ఆకర్షణ కోసం అలంకరించుకొనేవారి గురించి తాళ్ళపాక తిమ్మక్క సుభద్రా కళ్యాణంలో ఉదాహరించారు. అర్జునుడు కపటసన్యాసిగా అవతారం ఎత్తాడు తీర్థయాత్రల పేరుతో సుభద్రను చూడటానికి,ధర్మరాజు వద్దని బతిమలాడినా వినలేదు,అర్జునుడు వ్రతదీక్షా నెపంతో రైవతక పర్వతం దగ్గర ఆగాడు,కపట సన్యాసిని సేవించ వలసిందిగా కృష్ణుడు సుభద్రను ఆదేశించాడు, సుభద్ర తొలిరోజుల్లో భక్తితో సేవించింది. కానీ క్రమేపి కపట సన్యాసి వాలు చూపులు పసిగట్టింది,వచ్చినవాడు యతి కాదని వీడు ఖచ్చితంగా గాండీవే అని అనుకొని శయన మందిరానికి వెళ్ళి శృంగారమమరిందంట——

పద్మయతాక్షి,
జోకతో కమ్మ కస్తురి నలుగిడెను
జాతి గొజ్జగి నీట జలకమ్ములాడి

రీతిగా నొక వింత రేఖ చూపట్టి
ఉమ్మెత్త పువ్వువలె నతికిన మదత
నఖముల గొనితెచ్చి నాతి యిచ్చినమ
చెంగావి పావడ రంగు మీఱగ
చుంగు విడిచి కట్టె సుదతి సుభద్ర

....

కొప్పు నించుక జాఱ ముడిచె
విటుల మన్మథుడేయ విరిమొగ్గతూపు
నటన గుమ్మడిగింజ నామమ్ము తీర్చె

....

ఇన్ని సొమ్ములకును వన్నె బెట్టినటు
మూడువేల్ వెలసేయు ముక్కఱబెట్టి (సు.క పుట25.26)

సుభద్ర స్వీయాలంకరణ చేసుకొన్నది తనకభిరుచి కనుగుణంగా చుంగువిడిచి కట్టడం,కొప్పుజారినట్లుగా తీర్చడం,గుమ్మడిగింజ నామం పెట్టడం ఆమె అలంకరణలోని విశేషాలు.

పండుగవేళల్లో పిల్లలకు పెద్దలు చేసే అలంకరణ

ఎక్కడికైనా దూర ప్రాంతాలకు భర్త తీసుకెళ్తాడని తెలిసినపుడు, తన కోరిక నెరవేరుతుందని అనిపించినపుడు, స్త్రీ చేసుకొనే అలంకరణ మానసిక ఉల్లాసంతో కూడినదై ఉంటుంది.ఇలాంటి మానసిక ఉల్లాసంతో కూడిన వర్ణన గురించి వెంగమాంబ సుభద్రను వివరించిన తీరు అద్భుతంగా ఉన్నది.పారిజాతం తెచ్చిస్తానని కృష్ణుడు సత్యకు హామీ ఇచ్చాడు,సత్యభామ పులకించిపోయింది, వనసీమకు ముస్తాబైన సత్యభామను తరిగొండ వెంగమాంబ వర్ణించిన తీరు చాలా రమ్యంగా ఉంది.

సరుగున పన్నీట జలకంబు లాడి
సిరిగుల్కు సరిగంచు చీరగట్టుకొని
రహిని చందురు కావి రవికొప్ప దొడిగి
బహురన్న విలసితాభరణ ముల్దాల్చి
లలిమించ పైడి బిల్లల జడనిండ
విలసితముగ మంచి విరిసరుల్జుట్టి
సారమై వాసించు చందనం బలది
తీరుగా కస్తూరి తిలకంబు దిద్ది

కన్నుల వగగుల్కు కాటుక దీర్చి
గల్లుగల్లున కాళ్ల గజ్జియలు మ్రోయ
పల్లవాధర సత్యభామ యేతెంచె
(వి పా, పుట 25)
సత్యభామ అలంకరణలో అందంకన్నా దర్పం అధికంగా కనిపిస్తుంది

ఒక నిర్ధిష్ట ప్రయోజనం కోసం వేసే వేశాలు ఉన్నాయి ఒక్కోసారి స్త్రీలు వేషాంతరాలు తొడుగుతుంటారు,ప్రాచీనాంధ్ర కవయిత్రుల్లో వెంగమాంబ రచనల్లో ఇలాంటివి కనిపిస్తాయి.లక్ష్మి కొరవంజి వేషం వేసినప్పుడు తన అలంకరణల గురించి వెంగమాంబ వర్ణించిన తీరు అద్భుతం.

"వచ్చె నెఱుకో యెఱుక యనుచును
ఘలుఘలున పాదంబులను జిఱు గజ్జె లందెలు మ్రోయగా
చెలువు మీఱగ పసిడి చెఱుగుల చీరకుచ్చులు జారగా
అలరు చందురు కావిరవికెయు నందముగ రాణించగా
వెలయు ధళధళ వెలుఁగు భూషణములను వగవగమించగా
కలికి వాల్గన్నులను కాటుక కమ్మి సోగలు మీఱగా
సులలితముగా బొమల సందుల సొగసు నామము వెలుగగా
పొలుపు మీఱుచు నుదుట పచ్చని బొట్టు నిగనిగ మెఱయగా
విలసితముగా గొప్పకొప్పున విరుల సరములు గదలగా
వక్కాకు నములుతూ, చంకలోని పిల్లవాణ్ణి ముద్దాడుతూ,
బంగరు గిలక వాయిస్తూ. జోలపాటలు పాడుతూ కదిలిందట"
(శివనాటకము)

ఎఱుకతకు ఇంతవేషం ఉంటుందా అనుకొంటే వేషం కట్టింది లక్ష్మి కదా ఉండదామరి అంత సింగారం.

ఇక లక్ష్మి వేశ్య వేషం వేసినప్పుడు ఆమె చేసుకొన్న అలంకరణ గురించి తరిగొండ వెంగమాంబ వర్ణనలు శ్రీ వేంకటాచల మహత్మ్యంలో జనరంజకంగా ఉన్నాయి.బటవు ముత్యాల పాపట బొట్టురాకడి జడబిల్లలు,కుచ్చులు బంగరు కడియాలు, పచ్చల చేకట్లు, రత్నాలవంకీలు, మగరాల కమ్మలు పగడాలపేరులు, ఉంగరాలు, చేతిగొలుసులు, నత్తు, చిరుగజ్జెల మొలనూళ్ళ ఆభరణాలు, కులుకు చూపులు నడకలు వేశ్యాలంకరణలోని విశేషాలు.

★★★★★

‘అక్క, వెంకమ్మల భక్తి – దేహవిరక్తుల సారూప్యత, తులనాత్మకత’

సమసమాజ సిద్ధాంతం కేవలం మాటలకే పరిమితం అవకుండా, ఆచరణలో చూపించడానికి వేరువేరు వర్గాల, వర్ణాల శరణులు, శరణియులు సమ్మిళితమై సమానతను సాధించడానికి బహుజనుల సమ్మతితో కదిలిన శరణుల విప్లవమే వచనం. వచనమనేది కేవలం ఒక ప్రక్రియకాదు, అదొక సాంస్కృతిక పరంపర నిరంతరం చలనశక్తికలిగినది వచనం.

కన్నడనాట అక్క, తెలుగునాట వెంకమ్మలమధ్య సారూప్యతలను, సామ్యతలను తులనాత్మకంగా చూద్దాం. అక్కమహాదేవి బసవయుగానికి చెందినది బసవడిలో వీరశైవం అత్యున్నత స్థాయికి చేరుకొన్నది, బసవడి ప్రభావం ఆంధ్రదేశం, మహారాష్ట్ర, తమిళనాడు, కేరళరాష్ట్రాల్లో కూడా ప్రసరించింది. వచనమనే సాహిత్యప్రక్రియకు వన్నె తెచ్చిన శక్తి అక్కమహాదేవి, కన్నడంలో వచన సాహిత్యం సామాజికంగా చాలా మార్పులు తీసుకువచ్చినమాట వాస్తవం.

వచన సాహిత్యం 12వ శతాబ్దిలో ఉద్యమస్థాయిలో ఉద్భవించింది. వర్గ, వర్ణ, లింగభేదాల అన్యాయాలకు గురైనజనమంతా ఏకమై జరిపిన ఒక సాహిత్య, సాంస్కృతిక అభ్యుదయ ఉద్యమం. వచనాలు ప్రగతిభావాలతో జనసామాన్యులను కదిలించగలిగిన సాహిత్యమవడంతో కన్నడ వచనాలు బహుభాషా అనువాదాలు సంతరించుకొన్నాయి. పద్య గద్యంకాని భావగీతాలను వచనమంటారు, తెలుగులో కృష్ణమాచార్యుని సింహగిరి వచనాలు ప్రసిద్ధమైనవి ఆత్మభక్తినివేదన సామాజిక అన్యాయాల ఖండనకోసం శివకవులు ఎంచుకొన్న సాధనం వచనం.

ఒక మహిళ సామాజిక కట్టుబాట్లను 11 వ శతాబ్ధంలో అధిగమించిదంటే అక్కమహాదేవి గొప్పతనాన్ని అర్థం చేసుకోవచ్చు, దిగంబరిగా తిరిగి తన భక్తి తత్పరతను చాటుకొంది అక్కమహాదేవి వచనాల్లో సమాజ విమర్శకంటె ఆత్మవిశ్లేషణ ఎక్కువుగా కనిపిస్తుంది.వేదన,నివేదన ఆమె కవిత్వంలోని గుణాలు18 వ శతాధ్బంలోని తెలుగు తరిగొండ వెంగమాంబకు అక్కమహాదేవికి పోలికలున్నాయి, ప్రాంతాలు వేరు,కాలాలు వేరయినా ఇద్దరికీ సాహిత్యపరంగ, వ్యక్తిజీవిత పరంగ, భక్తిపరంగా పోలికలున్నాయి, అక్క మహాదేవిని చిరుప్రాయంలోనే లౌకిక జీవితం పట్ల జుగుప్స ఏర్పడి భక్తిమీద ఇష్టంతో నిరంతరం భక్తిభావనతో మునిగిపోయేది, వెంకమ్మ కూడా చిన్ననాటినుండే నిత్యం కృష్ణారాధనతో లౌకిక జీవితం పట్ల

ఏమాత్రం ఆసక్తిచూపకుండా తను భగవంతుని పట్ల కృతార్థురాలై ఉండేది ఇద్దరికీ చిన్ననాటినుండే భక్తి తొణికిసలాడింది వివాహం విషయంలో అక్కమహాదేవికి బలవంతపు వివాహం జరుగుతుంది, కౌశికుడనే జైనరాజు అక్కను మోహించి,బెదిరించి పెళ్లి చేసుకొంటాడు. వెంకమ్మకు తల్లిదండ్రులే వెంకమ్మను భక్తి నుండి దారి మరల్చడానికి పెళ్లి చేయాలని నిర్ణయించుకొని వెంకటాచలపతితో వివాహం జరిపిస్తారు. పెళ్లయితే మారుతుందని భావించిన తల్లిదండ్రులకు నిరాశే ఎదురయ్యింది, భర్త వెంకమ్మ దగ్గరకు రాగానే నాకు నీవు పతికాదు పొమ్ము బలవంతంగా నన్ను పొందదలచితివేని నీ తల వేయివ్రక్కలగును జాగ్రత్త, అని హుంకరించింది. అక్కమహాదేవిని కూడా రాజు బలవంతంగా లొంగదీసుకోవాలనుకొని విఫలమవుతాడు, నీవు శివుని దీక్ష పొందితే వివాహం అయినట్లు, నాకు చెన్న మల్లికార్జునితో ఎప్పుడో వివాహం జరిగిపోయింది అంటూ రాజ భవనాన్ని వీడి దిగంబరిగా కల్యాణపట్టణానికి చేరుకొంటుంది

అమేధ్యపు కడవ, మూత్రపు బుడిగె
ఎముకల తడక చీముబుడ్డ
కాలిపోనీ ఈ దేహం
ఈ యొడలిని నమ్మి చెడుకుము
చెన్న మల్లికార్జునుని తెలియని మూర్ఖుడా

అంటూ మానవ శరీరతత్వం, నిజస్థితిని తన వచనాల ద్వారా వివరించారు అక్కమహాదేవి. రాజు, తల్లిదండ్రులు వారించినా వినకుండా కల్యాణపట్టణానికి వెడలింది. శరీరం పట్ల వెంకమ్మ కూడా అక్కలో కలిగిన భావనలే కలిగింది రాజయోగసారంలో "కాయమ స్థిరమనికడ గానలేక పాయక సంసార బద్ధులై మమత వదలక కామ్యార్థ వాంఛితులగుచు, మదమత్తులగుచు దుర్మార్గంబునొంది మదిలోననుబ్బి కామ క్రోధలోభ మద మోహమచ్చరాల్మాటికి బెంచి సంపద గల్గితే సామర్థ్య మందు సొంపగు తుచ్ఛమౌ సుఖమును గోరి కామాంధులై తమగతి గానలేక తఱగని ఈషణత్రయవార్ధిలోన మఱిమఱి మునుగుచు మమత రెట్టింప నాలుబిడ్డలకని యర్థంబు గూర్చి కాలంబు నూరక గడుపుచునుండి యంతకాలము వచ్చినప్పుడు యముని చింతజేయుచు హింసచే గందికుంది కూపంబులోబడి కొన్నాళ్లు కఠిన పాపాత్ములగుచుం ప్రపంచమనందు బుట్టుచు గిట్టుచు బొరలుచుండెదరు ఇట్టి పుట్టులు చావులెన్నంగ వశమె?

"ప్రభుదేవుడితో అక్కమహాదేవికి జరిగిన సంవాదంలో ప్రభుదేవుడి ప్రశ్నలు

ఉప్పొంగు చున్న యవ్వనమదముగలసతీ
నీవిచ్చటి కెందుకొచ్చితివి తల్లీ
పడతియనిన కోపింతురు మాశరణులు నీ

పతిగురుతు తెలిపివచ్చి కూర్చుండుము తల్లీ
లేకున్న తొలగుమిటునుండి తల్లీ
మా గుహేశ్వరుని శరణులందు
సంగసుఖ సన్నిహితం గోరిన, నీ
పతి యెవ్వరనునదిచెప్పుముతల్లీ"

నా పతి చెన్నమల్లికార్జునుడే అని చెప్పగా మరి భావం శుద్ధమైనదైతే సిగ్గెందుకు, విడిచిన వెంట్రుకుల మరుగెందుకు అని ప్రభుదేవుడు ప్రశ్నిస్తాడు, అక్కమహాదేవి చెప్పిన జవాబులు, ఆమెలో ఉన్న భక్తిభావానికి పరకవశుడై కల్యాణ పట్టణంలోకి ఆహ్వానిస్తాడు. సంఘదురాచారాలను ధిక్కరించే అక్కమహాదేవికి ప్రభుదేవుడితో సంవాదం జరిగినట్లు వెంకమ్మకు కూడా పుష్పగిరి పీఠాధిపతికీ వాదం జరిగింది, వివాహం జరిగినా భర్తను దగ్గరకు రానివ్వదు దీంతో కుంగిపోయిన వెంకమ్మభర్త తుదిశ్వాస విడుస్తాడు, విధవలకు జరిగే సంస్కారాలలో గుండుతీయించుకోవడం ఒకఆచారం గుండుతీయకపోతే అశుభమనివాదిస్తారు. అయ్యా మీరు జగద్గురువులు విదవకు శిరోజాలుండకూడదని ఏవేదంలో చెప్పబడిందో చూపించండి, మానసిక ప్రవృత్తి పరిశుద్ధమైనపుడు శిరోజమున్ననేమి సొమ్ములు ధరించిననేమి భగవత్ కృపాతిసంచేత బుట్టుకతోనేవచ్చిన ఈ శిరోజాలు కొరిగించినంతమాత్రాన తిరిగి మొలవకుండునా అట్లు మొలవకుండా చేయు సామర్థ్యం మీకు కలదా చెప్పండి అంటూ స్వామినే ప్రశ్నించింది, ధిక్కరించినందుకు బలవంతంగా వెంట్రుకలు తీయించారు అవి మళ్లీ యథాప్రకారం వచ్చాయి, అందరూ విస్తుపోయారు. లౌకికాచారం ప్రధానమో నిర్ణయించండి అని చెప్పింది చాలా కాలంగా తిష్టవేసి కూర్చున్న సంఘదురాచారాలను తృణీకరించిన తెగువ వెంగమాంబలో ఉన్నాయి. అక్కమహాదేవి శైవం ఆశ్రయమిస్తే, వెంకమ్మ వైష్ణవాన్ని ఆశ్రయించింది,లక్ష్మీనృసింహస్వామిని బాల్యంనుండే భక్తి శ్రద్ధలతో కొలిచింది, కృష్ణున్ని కొలిచింది, వెంకన్నను పతిగాభావించుకొని తన ముగ్ధభక్తిని ప్రకటించుకొన్నది. స్థలమహత్యంగురించి అక్కమహాదేవి, వెంకమ్మ ఇద్దరూరాశారు, కల్యాణపట్టణ, షట్ స్థలమహత్యం గురించి ఆమె వచనాల్లో తెలియజేసింది ఆమె వచనాల్లోని తాత్వికబోధ, సాహిత్యవిలువలు రెండూ ఉన్నతంగా ఉండటంతో అక్కకు విశిష్ట స్థానం ఉన్నది.

"మూలాధారమను వేరును బట్టి, భూమండలమునెక్కి
ఆచారమను వేరునుబట్టి ఐక్యస్థలము తుదిని జేరితి
వైరాగ్యపుమెట్టులనెక్కి, శ్రీగిరినిజేరితి
చైబెట్టి లాగుకొనుమా, చెన్నమల్లికార్జునా,
నేలమరుగునున్న నిక్షేపం వలె శిలమరుగునున్న హేమంవలె
తిలల మరుగునున్నతైలం వలె

ఫలము మరుగునున్న రుచివలె
తరువు మరుగునున్న తేజమువలె
భావము మరుగున బ్రహ్మమైయున్న
చెన్నమల్లికార్జునుని ఉనికి తెలియరానిది
వనమంతయునీవే, వనమందలి తరులన్నియునీవే
తరులందాడుచున్న ఖగమృగములన్నియు నీవే
చెన్నమల్లికార్జునా సర్వభరితుండవై యుండియు
నాకెందుకు నీముఖమును జూపవయ్యా."

అంటూ ప్రకృతి సౌందర్యాన్ని భక్తితో కొనియాడింది.

"హరినిమ్రింగెను మాయ, అజుని మ్రింగెనుమాయ
.... నన్నీమాయనుండి తప్పించుము,కరుణించుము".

అంటూ ప్రపంచమంతా మాయామోహాలు బలవంతాలై ఉన్నాయని, హరిబ్రహ్మాదులు కూడా మాయలో పడిఉన్నారని స్పష్టంగా తెలిపింది.

"గిరులందుకాక, కంచెలందాడునా నెమలి
కొలనులందుగాక, కాల్వలజొచ్చునా కలహంస
మామిడికొనలందుగాక కూయునా కోయిల
పరిమళములులేని పూలపై వ్రాలునా తుమ్మెద
నా దేవుడు చెన్నమల్లికార్జునుడుగాక, అన్యుల
జేరబోవునా నామనసు,చెప్పరే అమ్మలారా"

నైసర్గికప్రాణులతోతనకున్నసంబంధంతో చెన్నమల్లికార్జునితో పోల్చి చెప్పింది. అక్క మహాదేవికి కిన్నెరబొమ్మయ్యతో కల్యాణపట్టణంలోకి ప్రవేశించినపుడు జరిగిన సంవాదంలాగే వెంకమ్మకు ముక్తికాంతావిలాసంలో జరిగింది. తరిగొండ నృసింహుని దగ్గర నిలిచుని మురియునుండగా స్వామి వచ్చును, ముక్తిమందిర ద్వారపాలకులలోనొకని పిలిచి కవాటంబు వేయకోరును, అతనితో నడచిన ప్రసంగంలో జగదీశ్వరుడు మరువను తెలనుత్తరించును, తరువాత జ్ఞానకాంత మధ్య లక్ష్యాంతఃపుర ద్వారకవాటంబు బంధించును, అప్పుడు ఆమెకు జగదీశ్వరునికి సంవాదం జరుగుతుంది, ఆ సంవాదాన్ని తలుపుతీసెడిపాటగా వెంగమాంబ చక్కగాచిత్రించారు. అక్కమహాదేవి సొంతఊరును వదిలి కల్యాణపట్టణానికి చేరినట్లే వెంగమాంబ కూడా తటిగొండను వీడి తిరుమలలో స్థిరపడింది. శ్రీశైలంలో అక్క తపస్సు చేసినట్లు వెంగమాంబ తిరుమల చేరి తుంబురుకోన వద్దఉన్న శ్రీ ఆంజనేయస్వామి పాదాలచెంత తపస్సు చాలా సంవత్సరాలు తపస్సుచేసింది.అక్కమహాదేవి చాలా పరీక్షలు ఎదుర్కొన్నది అంతే స్థాయిలో

వెంగమాంబ కూడా చాలా పరీక్షలు భక్తితో ఎదుర్కొన్నది. వెంకటేశ్వరునికి ప్రతిరోజూ హారతి ఇస్తుండేది ఇది నచ్చని పూజారులు ఆమె రాకను నిషేధించారు.

కాలమెంతటివారు గడువగా లేరు పుట్టినవారెల్ల బోవుట నిజమునెట్టున దిరముగా నిల్వరెవ్వరును గలలవంటిది యీజగంబులరీతి, అని వాసిష్ట రామాయణంలో చెబుతుంది. లోకనీతులు సామెతల్లా వాసిష్టరామాయణంలో చెప్పింది, మూషకములు కొరికిన వలరీతి, చవిటిభూమిని విత్తినట్టి విత్తులవలె, ప్రాతబట్టలు విడిచి క్రొత్తబట్టలు కట్టుకొన్నట్లు, లాంటి సామాన్యులకు కూడా అర్థమయ్యే రీతిలో సులభతరంగా చెప్పారు. ఇద్దరూ సంసారవిరక్తులే, ఇద్దరూ భక్తిపారాయణంలో మునిగినవారే, ఇద్దరూ సంఘ నియమాలను ఉల్లంఘించిన స్వతంత్ర పరాయణులే. ఇద్దరూ స్త్రీలకే కాకుండా పురుషలకు నీతి, పవిత్రజీవితాన్ని చిత్రించినవారే, అక్క, వెంకమ్మలిద్దరూ పాతివ్రత్యమహత్యాన్ని విశ్వవ్యాప్తం చేసినవారే, అక్క, వెంకమ్మలిద్దరూ మోక్షానికే ఎక్కువ ప్రాధాన్యతనిచ్చారు, భోగలాలసనుత్యజించి పునరావృత్తిరహితస్థితికై ఆత్మజ్ఞానసంపాదనమొనర్చుటే కర్తవ్యమని, సర్వం, పరమేశ్వరార్పణ అని కర్మబంధం నుండి విడవబడాలని పోరాటంచేసినవారే. అంతరంగం బహిరంగం అనేవి రెండుకాదు అని చెప్పడానికి ఇద్దరిలోనూ సామ్యం కనిపిస్తుంది. కనులద్దనమును జూచుకాని యద్దంబు కనులను జూచుటెక్కడైనకలదె? అని వెంగమాంబ అంటే అక్కమహాదేవి

అంతరంగమందు జ్ఞానం కలిగిననేమయ్యా

బహిరంగమునందు క్రియలేకున్న

దేహములేకుండిన,ప్రాణమున కాశ్రయముండునా

అద్దములేకున్న, తనముఖమునగాగనగునా

సాకారనిరాకరుండగు దేవుడొక్కడే కూడలసంగమదేవా. అంటూ ఇద్దరూ దైవం పట్ల ఉన్న భావనను తెలియపరచారు ఈ దేహాన్ని నమ్మవద్దని ఇద్దరూ దైహికా విరక్తిని వ్యక్తం చేశారు.

★★★★★

పురాణ – జానపద కథల్లో బీరప్ప

మనం అనాదికాలంనుండీ కట్టుకథలు, పురాణాలను నమ్ముకుని బ్రతుకుతున్న వాళ్లం చరిత్రను చాలావరకూ మరచిపోయినవాళ్లం. అందుకే ఈ సందర్భంలో నేనొకమాట చెప్పాలనుకుంటున్నాను, మనకు పురాణాలెక్కువ, ప్రామాణిక చరిత్ర చాలా తక్కువ. చరిత్ర తక్కువ అని కాదుకాని, ఉన్నది చదవకపోవడం, జరిగింది జరిగినట్లు రాయకపోవడం, చెప్పకపోవడం, చదివినది అంతా కూడా నిజమేననినమ్మడం, కాస్త గందరగోళానికి గురిచేస్తాయి. ప్రాచీన కాలంనుండీ మనం పురాణాలనుప్రామాణికంగా స్వీకరిస్తూ వస్తున్నాం. తదనంతర కాలంలో కొందరు పురాణాలను అబద్ధాల పుట్టలుగాచిత్రిస్తూ వచ్చారు. పౌరాణిక, చారిత్రక విషయాల్లో తర్కాలు, సత్యశోధనలు, రుజువులు, భిన్నాభిప్రాయాలుబయలుదేరాయి. అయితే పరిశోధనలు హంసలాగా నీళ్లను, పాలను వేరు చేయాల్సిఉంది. ఈ మాటకుకూడా తర్కం వస్తుంది. హంస అనేదే కవి సమయం అని, అది వేరు చేసేది ఏందనే మాట కూడావస్తుంది. ఏది ఏమైనా సత్యాసత్యాలు బహిర్గతం చేయాల్సిన అవసరం మాత్రం అందరిమీదా ఉంది.సత్యమంటే ఏది అన్నప్పుడు ప్రతి విషయంలోనూ రెండు సత్యాలు ఉంటాయి. వ్యావహారిక సత్యం, వాస్తవికసత్యం . వ్యావహారిక సత్యం కాలానంతరం మారుతూ ఉంటుంది, కానీ వాస్తవిక సత్యంఎప్పటికీ స్థిరంగా ఉంటుంది. మనకు కావాల్సింది ప్రామాణికమైన విషయాలు కావాలి. అయితే చరిత్రరాయాలన్నప్పుడు పురాణాలు, మౌఖిక సాహిత్యం, జానపదుల కథనాలు, కైఫీయతులు, శాసనాలు అన్నీఅవసరమౌతాయి. వీటిని పరిశోధకులు కానీ, ఇంకెవరైనా కానీ ఏదైనా ఒక విషయాన్ని రాసేటప్పుడు ఆలోచించాలి,తప్పుడు విషయాలు, ఊహించిరాయడాలు, అవాస్తవాలు రాయకూడదు.ఒక చారిత్రక కులానికి సంబంధించిన కురబల దైవం బీరప్ప గురించి పరిచయం ఈ వ్యాసం ఉద్దేశం. బీరప్ప సంస్కృతి కర్ణాటకలో చాలా ప్రాముఖ్యతను సంపాదించుకున్నది. బీరప్ప కురుబలు భక్తితో కొలిచేకులదైవం. ఇతని గురించి స్థళపురాణాలు ఐతిహ్యాలు, జానపదులకథలు ఇలా అనేక విషయాలు ప్రచారంలోఉన్నాయి.భీమకవి రాసిన "హాల్మితోత్తేజకపురాణ" డా|| వీరణ్ణదండె సంపాదకత్వంలో వచ్చిన "జనాపలో మనకు కొన్ని విషయాలు లభ్యంగా ఉన్నాయి.కెల్లూరు కరిసిద్ధ (బీరప్ప)ప్రస్తుతం బాగలకోట జిల్లా జమఖండి తాలూకా కొల్లూరు గ్రామదేవత కరిసిద్ధ కొల్లూరు కల్యాణచాళుక్యుల కాలంనుండి ఒక ఐతిహాసిక నగరం బీరప్ప గురించి వివరించేందుకు అనేక శాసనాలు కూడాఇక్కడ లభ్యంగా ఉన్నాయి. ఆ శాసనాల ప్రకారం కొల్లూరు పట్టణం గ్రామదేవత బీరప్ప (కరిసిద్ధ) కొల్లూరులోనిబీరప్పకు

సంబంధించిన ప్రాచీన శాసనాలు క్రీ.శ. 1061 సంవత్సరం నాటివి లభ్యంగా ఉంది. అదొక్కటేకాకుండా మిగతా ఏడెనిమిది శాసనాలు బీరణ్ణ గురించి తెలియజేసే శాసనాలున్నాయి. కర్ణాటకలో బీరప్పక్షేత్రాలు కొత్తూరు, ముండగనూరు, చించలి, చిందనసూరు, సిరవార, డంకనాడు, హీరేహళ్లి, కంకణగౌరి,నీరగుండి, హాలభావి, గుడ్డనూరు, కురిదొణ్ణి, ఉడ్డగట్టి, మారంభర, నక్కలూరు, నాగమండల మొదలైనగ్రామాలున్నాయి. జమఖండి, రాయబాగ, శహాపూర, ఆళార, కొల్లిపాక లాంటి తాలూకాస్థాయి ప్రదేశాలుకూడా ఉన్నాయి. కొల్లిపాక సిరవార పట్టణాలు రేవణసిద్ధిని గురించి తెలియజేసే ప్రదేశాలు, సిరవారంబీరప్ప క్షేత్రం, కొణూరు, ముండగనూరు, కల్యాణి చాళుక్యుల పరిపాలన సమయంలోఉపరాజధానులుగా ఉండేవి రాజధానుల్లో బీరప్ప మందిరాలుండేవి.కొల్లూరు కరిసిద్ధుని గురించి స్థలపురాణాలు ఈ విధంగా చెబుతాయి. శివునికి పట్టం కట్టడానికియజ్ఞం చేసే సమయంలో హోమ కుండలో ఒక మగశిశువు జన్మించాడు, (అగ్నిపుత్ర) ఆ శిశువుసముద్రతీరంలో కూర్చొని సృష్టిలో ఉండే అన్ని ప్రాణులకు ఆహారం చుతూ ఉండేవాడు. ఆహార"బీరుత్తిద్దను" బీరుత్తిద్ద అనేది కన్నడపదం. మనం తెలుగులో పంచుతూ ఉండేవాడు అనే అర్థంలో వాడుతాం. అందువల్లే బీరప్ప అనే పేరు స్థిపడిందని స్థళీయపురాణాలు చెబుతాయి. (పురాణకథెగకల్లిబీరప్ప, పుట-9

శివుని వరం నుండి బీరప్ప సురాదేవి గర్భంలో జన్మించాడు, సురాదేవి గర్భం దాల్చిన విషయం'నారాయణుడికి' తెలిసింది. అతని మనస్సులో ఏదో ఆందోళన ప్రారంభమైంది, గర్భస్తశిశువును ఎలాగైనా చంపాలని అనుకుంటాడు. కారణం ఏంటంటే నారాయణుని చెల్లెలైన సురాదేవి కడుపులో పెరుగుతున్న బిడ్డవల్ల తన వంశానికి చెడుజరుగుతుందని జ్యోతిష్యులు చెప్పింటారు. అందువల్ల అతన్ని చంపాలని సురాదేవి, నారాయణలిద్దరూ అనుకుంటారు. శిశువు కడుపులో నుంచే తల్లికి చెబుతాడు, మీ అన్న నీకు అన్నంలో విషం పెట్టాడని ఆ ఆహారాన్ని నువు తినొద్దని.బిడ్డ చావుని కోరే సురాదేవి వినకుండా విషాహారాన్ని తింటుంది. ఆ ప్రయత్నం విఫలమౌతుంది. పుట్టినవాడిని తీసుకెళ్లి ఒక చెట్టుకు వేలాడదీసిరమ్మని ఆజ్ఞలుజారీచేస్తాడు నారాయణుడు. అందుకోసం ఏడుగురిని కేటాయిస్తారు. వారువెళ్ళి ఒకచెట్టుకు బాలుడు పడుకున్న ఊయలను వేలాడదీసి వస్తుంటారు అందులో ఆరుగురు రాళ్ళుగా మారిపోయారు, ఒకడుమాత్రం పారిపోయి ఈ విషయం నారాయణుడికి తెలియజేస్తాడు. ఆ పారిపోయిన వాడినే నువ్వు మహిషాసురుడై జన్మించి బీరేశ్వరునితో యుద్ధం చేయమని చెప్పి నీకు సహాయంగా ఓం అనే దేవతను కూడా సహాయానికి పంపుతాను అంటాడు. ఆ పిల్లవాడిని అక్కడున్న పక్షులు, జంతువులే పెంచి పెద్దచేశాయి.అందువల్లే తాను పక్షులకు, జంతువులకు ఆహారాన్ని పంచేవాడు అంటారు. (బీరిదను) కాస్త బీరప్ప అయ్యిందంటారు. హాలుమత శ్రీ బీరేశలింగేశ్వర మహాపురాణం ప్రకారం ఇందులో కూడా ఇంచుమించు ఇంతకుముందు చెప్పుకున్నట్లే బీరప్పను గర్భంలో ఉండగానే చంపాలని, సూలగిత్తలు కూడా ప్రయత్నించినట్లుంది. ఇతనుచూడటానికి

ఎర్రని శరీరం, రింగురింగుల ఒత్తైన జుట్టుకలిగి ఉండేవాడు. బీరప్ప బాల్యంలో ఒకనాడుచెండాట (బంతాట) ఆడే సమయంలో ఆ బంతి వెళ్లి పాండవుల తల్లి కుంతి దగ్గరకు వెళ్లింది. ఆమె తిరిగిబంతిని ఇచ్చినందుకు ఇతను ఆమెను ఆశీర్వదించాడట. (బీరదేవర అవతారగళు, పుట-20) రింగురింగులజుట్టును ఆ కాలంలో మహావీర, బుద్ధుని విగ్రహాలలో చూడవచ్చు. ఆ రకంగా ఆలోచిస్తే బీరప్ప మహావీర,బుద్ధుని సమకాలికుడా లేక వారికంటే ముందువాడా అనే ఊహ ఉద్భవిస్తుంది ఇలాంటి కట్టుకథ ప్రచారంలోఉన్నాయి. ఇవి ఒక విధంగా నమ్మశక్యంకాని విషయాలుగా చెప్పవచ్చు.

బీరదేవుని పరంపర

బీరప్ప దేవుని పరంపర గురించి చర్చిస్తే బీరప్పగుడి ఎక్కడ చూసినా చావడి మందిరాల్లాగా ఉంటాయి. శిలాయుగంలోని సమాధులను పోలి ఉంటాయి. శిలాయుగంలో కురుబలు తమ సమాధులనుకూడా ఈ చావడి మందిరాల్లాగే నిర్మించుకునేవారని తెలుస్తోంది. (పురాణకథెగళల్లి బీరప్ప, పుట-26)

కర్ణాటకలోని బాగలకోటలోని కలాగి మొదలైన కట్టడాల్లో కురుబల సమాధులు దొరికాయి. బీరప్పవిగ్రహం కోరమీసాలు, చేతిలో గొర్రెలు కాచే కర్ర చేతిలో బర్సికూడా ఉంటుంది. బీరప్ప గుర్రాన్ని స్వారీచేసేవిగ్రహాలు కూడా ఉన్నాయి. ఉత్సవ విగ్రహానికి కిరీటం కూడా ఉంటుంది. గర్భగుడిలో గొర్రెలను మేపడానికిఉపయోగించే దోటి కూడా ఉంటుంది, ఇది జాలికాయలను రాలగొట్టడానికి ఉపయోగించే సాధనం.ఏనుగు అంబారి బీరప్ప, గుర్రం స్వారీచేసే బీరప్ప జెండాలను శిఖర భాగంలో ఎగురవేస్తారు. అది సన్నటి ఉన్నితో చేసిన వస్త్రమై ఉండేది. కాలక్రమంలో అది ఆ పట్టింపులనుండిబయటపడి ఇప్పుడు మామూలు వస్త్రమైపోయింది. ఇది సామాన్యంగా వీరరాజు వస్తాడనగా ముందస్తుసమాచారంగా ఈ జెండాను ఎగురవేస్తారు. ఈ బీరప్ప సైన్యం ఈరగాళ్లు (వీరణ్ణ) అనే వాళ్లు ఉంటారు.వీరు జాతరల సమయాల్లో సుక్ సుకో, శివ్ శివ అంటూ ఒక పదునైన ఇనుపచువ్వను బొడ్డుదగ్గరపొడుచుకుంటారు. ఇంకా కొన్నిచోట్ల పదునైన కత్తులతో కడుపుమీద పొడుచుకోవడం కూడా ఆచారంగాఉంది. ఈ రోమాంచిత సంఘటనలను దర్శించడానికి జనం తండోప తండాలుగా తరలి వస్తుంటారు.దేవుని ఉత్సవం ప్రారంభమైన మొదటి రోజే గొర్రెపిల్ల గొంతును పూజారి కొరికి గావు తీస్తాడు. తమకులస్థులు గొర్రెలుకా సేవాళ్లంతా గొర్రెలను మందిరం చుట్టూ ప్రదక్షిణలను చేయిస్తారు. మహారాష్ట్రలోను,ఆంధ్రప్రదేశ్లోనూ బీరప్పకు గొర్రెబలిచ్చే ఆచారం ఉంది. తిరుపతి తిమ్మప్ప మొదట బీరప్పగానేప్రఖ్యాతిచెందారంట, అందువల్లే తిమ్మప్పకు బలివ్వడం నేటికీ ఉందని అంటారు. (బీరదేవర పరంపర,పుట-31) వివరాలకోసం (తిరుపతి తిమ్మప్ప మరియు శ్రీరంగ అవతారం అనే ప్రకరణం చూడు) బీరప్పజాతరకు డోలు కొట్టే

సంప్రదాయం ఉంది. మేక చర్మాలతో చేసిన డోలును, ఒకవైపు చేత్తో, మరొకవైపునులావుపాటి ఒక కర్రకు చుట్టూ బట్టకట్టి వాయిస్తుంటారు. ఆ సమయంలో మెడలో కంబళి (గొంగళి)పొడవుగా వేలాడదీసుకుంటారు, కంబళిని ధరించడం కురుబల ధార్మిక సూచనగా భావిస్తారు.ప్రాచీన కాలంనుండీ కురుబల కులదైవం బీరప్ప. పద్మన్న కురుబల సాంస్కృతిక నాయకుడు, రేవణసిద్ధ ధార్మిక గురువు. బీరప్పను సాక్షాత్తు శివుని అవతారమని నమ్ముతారు. అందులో భాగంగా జానపదులువారికి అనుగుణంగా, అనుకూలంగా చరిత్రను కట్టుకథలలోనూ, ఐతిహ్యాలలోనూ, పురాకథలు, జానపదులకథలతోనూ నిర్మించుకున్నారు. అవి పరంపరగా ఆనాటి నుండే నేటిదాకా ప్రజల్లో ఒకరి నుండి మరొకరికి వ్యాపిస్తూఉన్నాయి.

బ్రాహ్మణపూజారివ్యవస్థకన్నా కురుబ పూజారుల వ్యవస్థ ప్రాచీనతను కలిగివుంది. మనిషి మొదటి పెంపుడుజంతువు'అజ' అని చెప్పడంలో రెండోమాటలేదు. 'అజప' మంత్రం గురించి శివయోగులను తమ రచనల్లోపొందుపరిచారు. పశుపాలకులు ప్రకృతి ఆరాధకులు. అందువల్ల ప్రకృతిపరమైన వస్తువులను పరమఅంటారు. పరమ బరమ అయ్యిందని బరమ బ్రాహ్మణ అయ్యిందని బ్రహ్మకు వాహనంగా కూడా తగరు(పొట్టేలు) ఉంటుంది. కమలాపురం విష్ణుమందిరంలో రగరు వాహనంగా కలిగిన శిల్పం ఉంది.తిరుపతిలో బీరప్ప మందిరాలుండటం, తిమ్మప్ప పూర్వం బీరప్ప పేరుతో ఉండేవాడనే విషయానికిబలం చేకూరుస్తుంది. ఆంధ్రప్రదేశ్లోని హిందూపురంలోని లేపాక్షి ఆలయం బీరప్పకు చెందిందే. లేపాక్షిగ్రామదేవత బీరప్ప, విజయనగరాజు అచ్యుత దేవరాయల (1530-1542) కాలంలో పెనుగొండ ప్రాంతానికిపరిపాలనాధికారి అయిన విరూపణ్ణ స్వగ్రామం, విరూపణ్ణ కురుబ కులానికి చెందినవాడు. లేపాక్షి గ్రామంలోఉన్న వితల దేవాలయాన్ని పునఃస్థాపించారు. వితలదేవున్ని, విరూపాక్ష (వీరభద్రుని విగ్రహంగా మార్చినూతనంగా నిర్మించిన మందిరంలో స్థాపించారు. మందిరంలో ఉండే 1537 శాసనం వీరభద్ర విగ్రహాన్నివితలేశ్వర అని పిలిచారు అనేందుకు సాక్ష్యం. స్థానికులు ఆ దేవున్ని విరూపాక్ష - వితల అనే సంయుక్తపేర్లతో పిలుస్తారని శాసనం చెబుతుంది. వీరభద్రుని విగ్రహం పక్కనే పెద్ద రాతి గుడి ఉంది. దీన్నే ఇక్కడవితల అని ప్రజలు పూజిస్తారు. ఇక్కడ ఉన్న రంగమండపంలోని రెండు స్తంభాలపై కంబళి వేసుకొని,చేతిలో కర్రపట్టుకొని, గొర్రెలు కాసే భంగిమలో ఉండే శిల్పాలున్నాయి. (బీరదేవర అవతారగళు, పుట-91)ఇలాంటి శిల్పాలు హంపిలో వితలమందిరం కల్యాణ మంటపం మరియు, హుసపేట తాలూకా కమలాపుర్లోశిథిలమైన వైష్ణవ మందిరంలో కూడా మనం చూడవచ్చు.శక్తిదేవతలైన గంగమ్మ, ముత్యాలమ్మ, హొన్నమ్మ, ఎల్లమ్మ, మాళమ్మ, లక్ష్మమ్మ, మాయమ్మ, మంకమ్మ,మాకాళమ్మ, అక్కమ్మ, అంకాపరిణామం. వారు సమాజంలో మసలుకుంటున్న మనస్తత్వాలను చూడాలి. మనుషులుగా మానవత్వంతోసమైక్యభావంతో నడుచుకోవాలి. ఆధునిక కాలంలో కులాలపోరు నానాటికీ పెరుగుతూనే ఉంది. ఈప్రవాహాన్ని మరింత

57 | కస్తూరి విజయం

పెంచుతున్నాయి రాజకీయ మేఘాలు. గుర్తుంచుకోవాల్సింది మనం మనుషులంపక్కవాడి అవసరం లేకుండా ఎవరూ జీవించలేరు. జీవించినా అది జీవితం కాదు. సమైక్య జీవితం మనమతం. సమభావన మన హితం.

ఆధార గ్రంథాలు

1. భగవాన్ బీర్వైరులు – బోనా బసవరాజు – 2004.
2. కురుబల కురుహుగళు – చంద్రప్ప, అజ్జంపుర – 2011
3. కర్ణాటక పురాతత్త్వనెగళు – కన్నడ విశ్వవిద్యాలయం, ప్రసారాంగ, 2001.
4. బీరదేవర అవతారగళు – చంద్రకాంత బిజ్జంగి.
5. ఇతిహాసద పుటగళల్లి కురుబరు – హెచ్.ఎం.ఆర్. గౌడ, 1994.

హైదరాబాద్ విశ్వవిద్యాలయం వారు నిర్వహించిన అంతర్జాతీయ జానపదసదస్సులో సమర్పించిన పత్రం.

★★★★★

కన్నడ నవ్యకథాలోకం – పరిచయం

ఆధునిక కన్నడ సాహిత్యం నవోదయ,నవ్య,ప్రగతిశీల,బండాయ మరియు దళిత సాహిత్యాలుగా కన్నడ సాహిత్యాన్ని పరిపుష్టం చేశాయి,నవోదయసాహిత్యం తరువాత నవ్యఉద్యమం, దాని తరువాత ప్రగతిశీల, బండాయ,మరియు దళిత ఉద్యమాలు కన్నడ సాహిత్యంలో వచ్చిన నూతన భావజాల సాహిత్యం.నవ్యసాహిత్య ఉద్యమ కాలంలో వచ్చిన బండాయ, దళిత ఉద్యమసాహిత్యం నవోదయ కాలంలోని రచనల్లోను పునరావృతం అయ్యింది. అయితే నవోదయం తరువాత వచ్చిన నవ్యసాహిత్య ఉద్యమ సాహిత్యంలోని ధోరణులు నవోదయ సాహిత్యంలో ఎక్కడా కనిపించవు ఈ విషయం నవోదయ సాహిత్యం ప్రత్యేకత. కన్నడ సాహిత్యంలో చర్చించాల్సిన రెండో అంశం నవ్యసాహిత్యం, డా.వి.కృ.గోకాక్ సముద్రగీతెగళు సంకలనం నుండి ప్రారంభమయ్యిందని విమర్శకుల అభిప్రాయం. అయితే కవి గోపాలకృష్ణ అడిగ నవ్య సాహిత్యానికి బలమైన పునాది వేశారు. అప్పటికే అస్తిత్వంలో ఉన్న నవోదయ సాహిత్యం ప్రకృతిప్రేమ,స్వాతంత్ర్యకాంక్ష,దేశ ప్రేమ,ఆధ్యాత్మికప్రజ్ఞ, జీవితంగురించి సకారాత్మక భావనలతో కూడిన రచనలు రాయడంవల్ల రచయితలను రుషిగా, సచ్చరిత్రవంతులుగా సమాజంలో ఒకకల్పనగా చిత్రించబడింది.నవోదయకాలంనాటి రచనలు వర్ణనాత్మకంగా, జీవితంలోని ఉదాత్తతను, ఆరాధనాభావనను చిత్రించాయి. గోపాలకృష్ణ అడిగరు కువెంపును కవిగా ఒప్పుకొంటే నేను కవికాదు, నన్ను కవిగా ఒప్పుకుంటే కువెంపు కవికాదు అని ఘంటాపథంగా చెప్పారు. ఆరకంగా నవోదయ, నవ్య సాహిత్యపు పంథాలను స్పష్టంగా గుర్తించారు. నవోదయసాహిత్యం ప్రకృతి ఆరాధనను మరియు ఆద్యాత్మిప్రజ్ఞను కలిగిస్తే తద్భిన్నంగా, నవ్యసాహిత్యం వ్యక్తి కేంద్రిత జాగృతిని నెలకొల్పింది. ఈవిధంగా నవోదయసాహిత్యం నిరాకరణలో ప్రారంభమైన నవ్యసాహిత్యం మనిషి సందేహాలను సంకుచితాలను పరీక్షిస్తూ, అత్యంత క్రూర, పైశాచిక ప్రవృత్తి సంఘటనలను విమర్శిస్తూ కాస్త కటువైన భాషనే ఉపయోగించడం జరిగింది. ఈవిధంగా నవ్యసాహిత్యం, నవోదయసాహిత్యం కన్నా భిన్నంగా తనకంటూప్రత్యేకనుసంపాదించుకున్నది. కన్నడంలో నవ్య సాహిత్యం కథా ప్రక్రియకు గొప్ప వేదికగా నిలిచింది. అనంతమూర్తి, పి.లంకేశ్, దేవనూరుమహదేవ, కె.పి. పూర్ణచంద్ర తేజస్వి, ఆలనహళ్లి కృష్ణ చాలా ప్రభావవంతంగా రచనలు చేసినవారుగా కనిపిస్తారు. మహాకావ్యాలకంటే గద్యసాహిత్యం ప్రబలంగా నవ్యసాహిత్యకాలంలో వచ్చింది. దీని తరువాత వచ్చిన ప్రగతిశీలసాహిత్యం, ఆనంతరం వచ్చిన దళిత బండాయసాహిత్యం లాంటి

ఉద్యమనేపథ్యంతోకూడిన రచనలు కొద్దిగా వచ్చాయి. భారతదేశ కథాప్రపంచంలో నిలబడే కన్నడ కథకుల పట్టికను పరికించి చూసినపుడు వారందరూ నవ్యసాహిత్యంనండి వచ్చినవారై ఉండటం మనం గమనించవచ్చు. లంకేశ్, అనంతమూర్తి, దేవనూరుమహదేవ, తేజస్విరమేష్,ఆలనహళ్లి మొదలైనవారితో కూడిన పట్టిక పెద్దదవుతుంది. నవ్యసాహిత్యంలో ప్రారంభనవ్యసాహిత్యం, పరివర్తనశీలనవ్యసాహిత్యం అని రెండు భాగాలను గుర్తించారు ప్రసిద్ధ విమర్శకులు డా.డి.ఆర్.నాగరాజ్వీరిప్రకారం కన్నడ ప్రారంభ నవ్య సాహిత్యంలో గోపాలకృష్ణ అడిగరు, బి,సి. రామచంద్ర, చంద్రశేఖర కంబార, శాంతినాథ దేశాయి, యశవంతచిత్తాల, ఎ.కె.రామానుజన్ మొదలైనవారిని గుర్తించవచ్చు. వీరిలో చంద్రశేఖర కంబార గద్య, పద్య సాహిత్యాలు రెండింటిలోను కృషి చేశారు శాంతినాథ దేశాయి గద్యాన్నిమాత్రమే తమ అభివ్యక్తీకరణకు సాధనంగా ఉపయోగించుకొన్నారు. వీరిద్దరూ కేవలం కథలే కాకుండా నవలలు, నాటకాలు కూడా రాశారు. నవ్య సాహిత్య ఉద్యమం మరొక ఘట్టమని డి.ఆర్.నాగరాజ్ గుర్తించిన పరివర్తనశీల నవ్యసాహిత్యం మూలనవ్యసాహిత్య ప్రగతి ఘట్టమై ఇందులో పి.లంకేశ్, పూర్ణచంద్రతేజస్వి, దేవనూరుమహదేవ, యశవంతచిత్తాల, యు.ఆర్. అనంతమూర్తి మొదలైనవారిని చెప్పుకోవచ్చు, మూల నవ్యసాహిత్యంలో రచయతలందరూ కథకులై ఉండటం గమనించవచ్చు. కువెంపు గారి కావ్యశైలిని నిరాకరించి మూలనవ్య సాహిత్యానికి అడ్డుకట్ట వేసిన గోపాలకృష్ణ అడిగరు తో పాటు మూలనవ్యసాహిత్యం క్లిష్ట తర భాష, తీవ్రమైన ఆత్మవిమర్శ అనవసర వర్ణనలతో కూడిన సాహిత్యం కేవలం పండితవర్గానికి మాత్రం పరిమితమనే అభిప్రాయం బలంగా ఉన్న రోజుల్లో తేజస్వి తమ అబచూరినపోస్టాఫీసు కథాసంకలనం ప్రచురించి దానికి రాసిన హొసదిగంతదెడెగె అనే వ్యాసంతో పరివర్తనశీల నవ్యసాహిత్యానికి నాంది పలికారు. విశేషమేంటంటే పరివర్తనశీల నవ్యఘట్టంలోని ప్రముఖ రచయితలందరూ మూలనవ్యఘట్టకాలంలో ఆ సాహిత్య సొబగులను మెచ్చుకొని రచనలు చేయడం ఆరంభించినవారే కావడం గమనార్హం. మూలనవ్యకాలంలో లంకేశ 'బిరుకు' అనే నవల తేజస్వి 'స్వరూప' నవలలను రాశారు. మూలనవ్య కాలంలోనేర్పించిన తీవ్ర ఆత్మ విమర్శ పాఠాన్ని కాలానుక్రమంగా ఇదే మూలనవ్య పంథాసాహిత్యానికి అన్వయించుకొని పరివర్తనశీల నవ్య సాహిత్యానికి నాంది పాడటం వెనుక కేవలం తాత్విక భిన్నాభిప్రాయం మాత్రం ఉన్నది అనే విషయం కూడా పునఃపరిశీలించాల్సిన అవసరం ఉన్నది. మూలనవ్యసాహిత్యానికి బలమైన పునాది వేసిన అడిగరు అనే మహాన్ వ్యక్తి ముందు ఆ కాలంనాటి ఇతర రచయితల రచనల చర్చకు సరియైన వేదిక లభించకపోవడం, బ్రాహ్మణాధిపత్యాన్ని ప్రశ్నించడం మొదలైనకారణాలు పరోక్షకారణాలుగా ఇక్కడ ప్రస్థాపించవచ్చు. తేజస్విగారిమీద రామ్ మనోహర్ లోహియా, జయప్రకాష్ నారాయణ గారి ప్రభావం ఏ మేరకు ప్రభావం చూపాయనే కోణంలో కూడా దీనిని చూడాల్సిన అవసరం ఉన్నది. అలాగే కంబార, తేజస్వి, దేవనూరు లాంటివారిని మినహాయిస్తే

చాలామంది ఆంగ్ల ఆచార్యులై అయి ఉండటం ప్రత్యేకాంశం, పాశ్చాత్యుల వేష బాషలను అనుకరిస్తుండటం కూడా ఈ పరివర్తనశీల నవ్య సాహిత్యానికి ఆరంభం అని చెప్పవచ్చు. ఇందులో కూడా రాజశేఖరనీరమాన్వి, వ్యాస, కుసనూరు లాంటి ప్రతిభా వ్యక్తులకు సరైన అవకాశాలు లభ్యమవలేదు. కన్నడ నవ్యసాహిత్యం ఆంగ్లభాషనుండి ప్రేరణపొందింది తప్పితే ఫ్రెంచ్, రష్యన్ భాషల నుంచికాదు. నవ్యసాహిత్యకాలంనాటి కథకులు సామాజిక ప్రజ్ఞకు ప్రధాన్యతనిచ్చారు, నవ్య కథకుల కథాక్రమం, గ్రహించినవిషయాలు అనుభవరాహిత్యంతో కూడుకొన్నవై ఉండేవి, నవ్యసాహిత్యకారులు వ్యక్తిగత జీవితానికి ప్రాధాన్యతనిచ్చారు తప్పితే గుంపుజీవితాన్ని విస్మరించారు. సాహిత్య రంగంలో శాశ్వతంగా నిలదొక్కోవాలనే కోరిక కన్నా ప్రస్తుతాన్ని గురించే ఎక్కువ ఆలోచించారు. భారతీయ కథాజగత్తులో కన్నడ బాషను ప్రతిబింబించే చిన్న కథల్లో నవ్యకాలంనాటి కథలకే స్థానం దక్కుతుంది అని అంటే ఆశ్చర్యంలేదు.

★★★★★

శ్రమైకజీవనమే భక్తి

కేవలం నేనిక్కడ అన్ని మతాల్లోని మూఢభక్తకి సంబంధించిన విషయాలను మాత్రమేపంచుకుంటున్నాను.

భక్తి అంటే ఏమిటి?భక్తికి ఏది కొలమానం? భగవంతుని అనుగ్రహం పొందాలంటే కానుకలు సమర్పించుకోవాల్సిందేనా? అసలు పూజారి వ్యవస్థలేని దేవాలయాలు ఈ సమాజంలో చూడలేమా? దేవుడికి భక్తుల కు మధ్యవర్తి అవసరమెందుకు? ఇలాంటి ప్రశ్నల పరంపరను ఒకసారి సంధించుకుంటే దాని తాలూకా జవాబులు దొరికేది మాత్రం తక్కువనే చెప్పాలి. జవాబులు దొరక్కపోగా పైపెచ్చు వీటన్నిటికీ వితండవాదం ఒకటి బయలుదేరుతుంది. మన ప్రాచీన కాలంలో ఏ ధర్మానికైనా దైవరూపాలను ఎవరు సృష్టించారు? అసలు భగవంతుని స్పృహ లేని రోజుల్లో ఎలా, ఏ రూపాన్ని కొలిచేవాళ్ళు? ఎవరికి మొక్కలు చెల్లించుకొనే వాళ్ళు? వస్తుమార్పిడి వ్యవస్థ లో కానుకలు ఏ విధంగా చెల్లించేవారు. ఎవరి అనుగ్రహకోసమో ఎదురుచూడని సూర్యుడు, కులాల, మతాలగొంతులకు ప్రాణవాయువులనందించే గాలి, మహా క్రూరులను సైతం తన ఒడిలో దాచుకునే భూమాత, అనంతజీవకోటికి జీవం పోసే జలం, అనంతమైన ఆశలను తనవైపుచూసి ఆశతీర్చుకున్నా నేనున్నా అని అభయమిచ్చే ఆకాశం, బహుశా వీటన్నిటి అవసరం లేని మనిషికాని, జంతుజాలంకాని,భూతాలో ఇంకేవో శక్తకులకు కానీ ఆలవాలం కదా ఇవన్నీ. అసలు అన్ని మతాల సారాంశం ఒకటేనా. ప్రాచీన కాలంలో భక్తికి చెప్పిన నిర్వచనాలు ఏ విధంగా ఉన్నాయి వాటిని మనం పాటిస్తున్నామా? ఇలాంటి అనేక సందేహాలు కేవలం నాకొకడికే కాదు, లేదా కేవలం ఒక మతానికి చెందిన వ్యక్తులకే కాదు అన్ని మతాలలోని వ్యక్తులకు సాధారణంగా ఉద్భవించే ప్రశ్న. భక్తి అంటే ఏమిటి, ఇవాళ కొంతమంది ఆచరిస్తున్న ఆడంబర పద్ధతులు మొత్తం సరైనవేనా. ఏమతంలోనైనా కావచ్చు మూఢభక్తిని ఎవరి కోసం, ఎందుకు తెచ్చుకున్నారు. మానవుని వికాసావిర్భావం నుండి భక్తి ఉంది, దయయే ధర్మద మూలవయ్య అని ఒక కన్నడ కవి అన్నారు.అది క్రమేపి భయయే ధర్మద మూలవయ్యా అని రూపాంతరం చెందింది. భయం ఎక్కడ ఉంటుందో అక్కడ భక్తి ఉంటుంది, సాటిమనిషిమీద దయచూపించడమే ధర్మం, ప్రాచీన కాలంలో ప్రకృతిని సద్భక్తితో ఆరాధించాడు, సూర్యుడిని కొలిచాడు, పశుపక్షాదులలో దేవుని దర్శించాడు, తల్లిని పూజించాడు, మరి అన్ని మతాల్లోని ఈ మూర్త, అమూర్త భావాలుఎక్కడ నుంచి వచ్చాయి,ఎవరురగిలించారు. అన్ని మతాల్లోనూ నేడు జరుగుతున్న వింత సంఘటనలు గమనిస్తే ఎవరికి వాళ్లు తమకనుగుణంగా నిర్వచనమిచ్చుకొని స్వార్థానికి ఎలా ఉపయోగించుకుంటున్నారో

అర్థమవుతుంది. ఈ వ్యవస్థ ఇలాగే కొనసాగాల్సిందేనా. ఈ భూమీ్మద భక్తిని, ప్రేమను నిర్వచించడానికి అనేకమంది ప్రయత్నం చేశారు కానీ నిర్దిష్టమైన నిర్వచనం మాత్రం ఇప్పటికీ అస్పష్టంగానే ఉంది. కారణం అవి రెండూ అంతుచిక్కనివి, కనిపించనివి, అనంతమైనవి, అనిర్వచనీయమైనవి. కొత్తనిర్వచనాలకు నెలవైనవి, అంతకుమించి స్వయంభావాలవి, కొలతలకందనివి.

దేవుడంటే సాయం అనేది ఒక మూల సిద్ధాంతం. ప్రాచీనులు చెప్పిన నిజమైన భక్తి నేటి అన్ని మతాలమూఢభక్తుల్లో ఉంటే ఏ మతంలోనైనా పేదరికం ఉండేది కాదు. కోటీశ్వరులు అన్ని మతాలలోను ఉన్నారు కదా మరి ఇంకా పేదలు నిరుపేదలు అయిపోతున్నారే. సాయం అనే నిర్వచనాన్ని ఏం చేశారు. దైవమంటే సాయమే అయితే పేదరికం పరిగెత్తి పోవాల్సింది, పై పెచ్చు ఇంకా పేదరికం పెరుగుతుండడం ఎలా అర్థం చేసుకోవాలి. భక్తి అబ్బినాక ఎలాంటి కుట్రలు చేయకూడదు, నిజమైన భక్తి అంటే అదేనని ఏడో శతాబ్దంలో వచ్చిన మొట్టమొదటి భక్తి కారులు ఆళ్వారులు, నాయనార్లు ఈ విషయాన్ని భక్తికి నిర్వచనం గా చెప్పారు. భక్తికి వారిచ్చిన మొదటి నిర్వచనం జ్ఞానం అని. భక్తి సాహిత్యం అంతా ప్రజల భాషలో ఉండాలని వారు నమ్మారు, ప్రజల భాషలోనే చెప్పారు అర్థంకానిభాషల జోలికి వెళ్ళలేదు, వారు చెప్పిన సిద్ధాంతాలను పాశురాలుఅంటారు. ఆళ్వారుల భక్తి సిద్ధాంతాలు ప్రజలకు నేరుగా చేరడానికికూడావాడుకభాషేకారణం.

"జేడిర దాశిమయ్యభక్తి ననగిదె ఎందు తోరిసదె వినమ్రతదింద ఇరబేకు" భక్తిగురించి చెబుతూ భక్తినాకున్నదని అందరి దగ్గరా ప్రదర్శించరాదు అంటాడు.

"మజ్హబ్ నహిసిఖితా
ఆపస్మేబైరక్నా"

అని మహమ్మద్ ఇక్బాల్ చెప్పారు. మనుషుల మధ్య భిన్నాభిప్రాయాలు సృష్టించేది అసలు మతమే కాదని దీని సారాంశం. కానీ హింస ఎక్కడనుంచి ప్రవేశించింది, మానవబాంబుల మర్మాలను ఎవరు బోధించారు. ప్రేమ్ చంద్ అక్బర్ అని ఒక చిన్న పాప కష్టంలో ఉన్న ఉదంతాన్ని కథగా చెప్పాడు, ఆ కథ సారాంశం కూడా మానవసేవే మాధవ సేవ అనే. ఇవన్నీ తలకెక్కించుకోరా కపటదేశభక్తులు.

హరిహరుని రచనల్లోని నాయకులందరూ శివభక్తులే, అయితే ఎవరికీ తన భక్తిని ప్రదర్శించకుండా శివుని ధ్యానిస్తుంటారు. మాదార చెన్నయ్య రగళిలో రాజు, మరియు సేవకుడు ఇద్దరికీ తేడా లేకుండా సరళ భక్తి గొప్పతనం గురించి నిర్వచనం ఇచ్చాడు. మాదార చెన్నయ్య తమిళనాడులోని కరికాల చోళుల ఆశ్రమంలో గుర్రాలను మేపే పని చేస్తుంటాడు. ఆ వృత్తిలో తోటిపనివారందరికంటే శ్రేష్టంగా ఉంటాడు. సుమారు 50 ఏళ్లు ఎవరికి తెలియకుండా తన ఇష్ట దైవం శివున్ని ఆరాధిస్తుంటాడు, ఒకరోజు శివుడే చెన్నయ్య భక్తిని ప్రపంచానికి చాటి చెప్పడానికి మారువేషంలో వచ్చి అతని ఇంటికి వెళ్ళి అంబలిని తాగుతాడని ప్రచారంలో ఉంది.

తన భక్తిని గోప్యంగా ఉంచాలి అనుకుంటాడు. శివుడే తనకోసం పుష్పక విమానం తీసుకువస్తాడని ప్రతీతి. అంటే చెన్నయ్యకు పనితత్వం తప్ప వేరే ఏమీ ప్రత్యేకించి చేయడు. పనిలోనే భగవంతున్ని దర్శించుకునేవాడు చేసే పనిలో దేవుడు ఉన్నాడని నమ్మేవాడు. 12 వ శతాబ్దంలో విప్లవాత్మకంగా మార్పును తీసుకువచ్చిన వచనకారులు కూడా కాయకవే కైలాస, అని పని గొప్పతనాన్ని నినదించారు. జైన ధర్మంలో ఆచారమే గొప్పదని జీవించాలని చెబుతుంది, నీవు జీవించు ఇతరులను జీవించే లాగా అవకాశం ఇవ్వు అంటుంది జైనమతం, పరగదీనులందు పక్షముంచిన చాలు, పరమాత్ముని యందు ప్రీతి పెట్టునేటికే మనసా అని భక్త రామదాసు అంటాడు. అతిథి వచ్చి ఆకలని అడిగితే ఉన్నదాంట్లో కాస్త అన్నం పెడితేచాలు, క్రతువులు చేయాల్సిన అవసరం లేదు. అదే పరమ ధర్మం అంటాడు రామదాసు. చిల్లర దేవుళ్ళకు మొక్కుతూ ఉంటే చెత్తము చెడునుర ఒరే ఒరే అని పోతులూరి వీరబ్రహ్మం , రాతి బొమ్మలకేల రంగైన వలువలు అని విగ్రహారాధనను నిరసించాడు. ఈ జగత్తు దేవరకల్పనే, జ్ఞానదడిగి సంపూర్ణ వాగి హోగువుదే భక్తీ అంటారు కువెంపు శ్రీ రామాయణ దర్శనం అనే గ్రంథంలో. ఎక్కడ జ్ఞానం ఉంటుందో అక్కడ తలదించి, చేతులు జోడించి నమస్కరించి అంతరంగాన్ని శుద్ధి చేసుకోవాలని, లేదంటే భక్తి తలుపులు సంపూర్ణంగా మూసుకుపోతాయి అనితెలిపారు. మరే ఇతర భాషలో అయినా భక్తి అంటే మనం చేసే పనిని నిబద్ధతతో చేయడమే కానీ మరొకటి కాదు. కుండలు చేసేవాడు మట్టి తొక్కుతుంటే వేయి దేవుళ్ళ తాండవాలను మరిపిస్తుంది, కుండలకు రూపాన్నిచ్చే క్రమంలో మట్టిని తట్టేటప్పుడు ఆ శబ్దం లయతప్పిన భగవత్పాదాలకు సైతం లయ నేర్పుతుంది. ఒక మగ్గం నేతగాడు పోగులను చీరగా ముడేసేటప్పుడు ఎన్ని పవిత్ర నదుల సంగమాలకు సమానం, ఒక సేద్యగాడి పాదాల కింద నలిగిన మట్టిలో ఎన్ని జీవరాసుల ఆహారం అణిగి ఉందో తెలుసా? ఇలా ప్రకృతి పనిబిడ్డల ప్రతి కష్టించేవాడి శరీరపు ఘర్మజలాల ఫలాలు కాదా దైవత్వం. కష్టేఫలి అన్నారు కదా పెద్దలు. అన్ని మతాల్లోనూ భక్తి పేరుతో జరుగుతున్న మోసాలు, అన్యాయాలు, ఆక్రందనలు తగ్గాలంటే మనలోని అజ్ఞానాలోచన కేశాలను మొదలుకంటూ కొరిగించాల్సిందే. వచ్చేతరాలకు అంధకారం మిగల్చకుండా ఆలోచన రేగించాలి ఏ మతమూ కూర్చున్న వాడికి తిండి పెట్టదు. సైన్స్ కేవలం ఒక మతానికే పనిచేస్తుందా, శాటిలైట్ లు కాని, సెల్ ఫోన్లు కాని మిగతా ఏ సైన్స్ పరికరమైనా ఒక్కమతం వారికే పరిమితం అయ్యిందా, కేవలం తాను కనిపెట్టిన వస్తువులను తన మతస్థులు మాత్రమే ఉపయోగించాలనే నియమం వస్తే ఏమిటి పరిస్థితి. అంతదాకా ఎందుకు సేద్యంచేసే రైతన్న చేతి కష్టం తన మతానికే పరిమితం చేస్తే పరిస్థితి ఎలా ఉంటుంది. మనిషన్నాక ఏవో కొన్ని బలహీనతలుంటాయి అయితే అవి సమూహాన్ని బలహీనపరచరాదు, వారసత్వంగా సంక్రమించరాదు. ఈ భూమ్మీద మనిషికి మనిషే శత్రువు, మనిషికి మనిషే మిత్రుడు, క్రూరత్వమైనా, కరుణత్వంఅయినా, ప్రేమైనా, ద్వేషమైనా, తీస్కారాలు,సత్కారాలైనా అన్నీ మనిషినుండే మనిషే పొందాలి, అనుభవించాలి. ప్రభుత్వాలు సేవచేయడానికి కానీ రాజకీయం చేయడానికి కాదు.కులం గొడుగులు, మతం

తొడుగులు ఉపయోగ పడేది ఒక్కరాజకీయ నాయకులకు మాత్రమే. గుణం మంచిదైతే ఏ మతంవాన్నైనా, ఏ కులం వాన్నైనా గౌరవించాలి. వాహనం ఏ మతస్థుడైనా కనిపెట్టని కానీ అందులోకి ఇందనం పోయనిది ముందుకు సాగదు కదా, ఇందనం పోసినా సరిగా నడపకపోతే ప్రమాదంలోకి పడిపోతాం. కాబట్టి ఎవరెన్ని క్యాసెట్స్ వేసినా మనం మన ఆలోచనలబండిని సక్రమంగా నడిపించాలి. అడవిలోని ప్రతిచెట్టూ,పుట్టా, పువ్వులు ఎంతలా నిస్వార్థంగా బతుకుతుంటాయి చూడండి, పెద్ద, చిన్న తేడాలేదు, శక్తికొద్దీ అడవికి అందాన్నిచ్చేకే ప్రయత్నిస్తాయి ఆఖరుకు గడ్డిపోచైనా. మనకు జన్మనిచ్చినవాళ్లను, మనతో పాటు స్నేహంగా నడిచేవాళ్లను, మనకు మంచి చేసిన వాళ్లను నిత్యం స్మరించే మంచి ఆలోచనలకు భీజాలు నాటుదాం. భావి తరాల్లో పంచే గుణాన్ని పెంపొందిద్దాం, పనిని, ప్రతిభను గౌరవిద్దాం. తమకు అప్పగించిన పనిని నిబద్ధతతో పూర్తిచేసే పనితనాన్ని పెంచుదాం. ఇది భక్తికి మించిందనేది నా అభిప్రాయం.

స్వాతంత్ర్యోద్యమంలో అనంతపురం జిల్లా వీరుల పాత్ర

రాయలసీమలో స్వాతంతోద్యమ చరిత్ర మద్రాసు ప్రెసిడెన్సీలో భాగంగా నాటి ఆంధ్రప్రదేశ్ ఉండేది. అందులో నేటి రాయలసీమ కూడా ఒక భాగం. రాయలసీమ ఆర్థికంగా వెనుకబడిన ప్రాంతమే అయిన చైతన్యపోరాటాలకు పుట్టిల్లు. అలనాటి నిజాం-బ్రిటిషు వారి ఒప్పందాల ఫలితంగా నేటి రాయలసీమను దత్త మండలంగా పిలిచేవారు. ఈ ప్రాంతానికి 1928లో నంద్యాలలో కడప కోటిరెడ్డి అధ్యక్షత జరిగిన సమావేశంలో చిలుకూరి నారాయణరావు "రాయలసీమ" అని నామకరణం చేశారు. . అప్పటినుండి ఆ పేరే స్థిరపడుతూ వచ్చింది. సీమలో కల్లూరి సుబ్బారావు, గాడిచర్ల హరిసర్వోత్తమ రావు, కడప కోటిరెడ్డి, ఐదుకల్లు సదా శివన్, గుత్తి కేశవ పిళ్లే, వంటివారితో పాటు పప్పూరి రామాచార్యులు కూడా ప్రధాన భూమిక పోషించారు.

కల్లూరుసుబ్బారావు

రాయలసీమ కేసరిగా పేరొందిన కల్లూరి సుబ్బారావు స్వతంత్ర్యసమరయోధుడు, విలువలు కలిగిన రాజ కీయనాయకుడు. ఇతడు 1897 మే 25న హిందూ పురం దగ్గర కల్లూరులో జన్మించారు. తల్లి దండ్రులు సూరప్ప, పుట్టమ్మ. 1913లో అనిబిసెంట్ హిందూపురం వచ్చిన ప్పుడు బాల వాలేంటర్‌గా పని చేశాడు. ఆమె చేసిన హోంరూల్ ఉద్యమ ఉపన్యాసాలు మనసులో నాటుకున్నాయి. బెంగుళూర్‌లో మెట్రిక్ వరకు చదువు కున్నారు.1918లో గాంధీజీ బెంగుళూరు లో చేసిన ప్రసంగానికి ప్రభావితుడై రాజకీయ ప్రవేశం చేశాడు. 1921 మార్చి 31న విజయవాడ లో జరి గిన అఖిల భారత కాంగ్రెస్ మహాసభకు హాజరయ్యాడు. ప్రముఖ రాజకీయ నాయకులను పరిచయం చేసుకున్నాడు. కాంగ్రెస్‌లో పని

చేస్తూ 1921 లో అరెస్ట్ అయ్యాడు. రాయలసీమలో అరెస్ట్ అయిన తొలి రాజకీయ ఖైది కల్లూరి వారే. 1930లో ఉప్పు సత్యాగ్రహంలో పాల్గొని అరెస్ట్ అయ్యాడు. సంఘ సంస్కరణ, స్త్రీ అభ్యున్నతికిపాటుపడ్డాడు.హరిజ నోద్ధరణ, వర్ణాంతర వివాహానికి పూనుకున్నాడు. 1928లో రాయలసీమ జిల్లాలను దత్త మండలాలుగా నామకరణ చేసిన వారిలో వీరు ఉన్నారు. రాయలసీమ సంక్షేమం కోసం ఏర్పడ్డ 'శ్రీబాగ్ వడంబడికలో వీరు సంతకం చేశారు. మాజీ రాష్ట్రపతి నీలం సంజీవరెడ్డికి కల్లూరి రాజకీయ గురువు. 1941లో వ్యక్తి సత్యాగ్రహంలో పాల్గొన్నందుకు తిరుచరాపల్లి జైలులో వేశారు. ఆంధ్రకేసరి టంగుటూరి ప్రకాశం పంతులుతో వీరికి సౌమ్యం ఉండటం వల్ల రాయలసీమ కేసరిగా కొనయాడారు.

1937 నవంబరు 16న జరిగిన శ్రీబాగ్ వడంబడిక లో రాయలసీమ కోస్తాంధ్ర సమైక్యసాధనలో వీరు ప్రముఖ పాత్ర పోషించారు. వీరు పలు పదవలు అలంకరించారు. 1937, 46 రెండు పర్యాయాలు శాసన సభ్యులుగా ఉన్నారు. రాయలసీమ ప్రాంత అభివృద్ధికి ఎంతో కృషి చేశారు. కల్లూరు, లేపాక్షి మానేంపల్లి గ్రామాలలో స్వయంగా గ్రంథాలయాలు ఏర్పాటు చేశాడు. 1955-61 మధ్యకాలంలో అనంతపురం జిల్లా గ్రంథాలయ సంస్థకు అధ్యక్షునిగా ఉన్నాడు. ఆ కాలంలో ఎన్నో నూతన శాఖలు ప్రారంభించాడు. 1924 లో కల్లూరి 'లోకమాన్య పత్రిక స్థాపించాడు. వీరు గొప్ప దేశభక్తులు.కుర్రవాడిగా కబాడీ ఆడుతూనే కబాడీ కూతకు బదులు 'వందేమాతరం అంటూ కూతకు వెళ్ళేవాడట. అలాగే హరిజనోద్ధారకుడు కూడా. తన కూతురు పెళ్ళి తంతునంతా హరిజనులకే అప్పగించాడట. ఇతడు 1921-42 మధ్యకాలంలో 7 ఏళ్ళు జైలు జీవితం గడిపాడు. అందుకే వీరిని రాజాజీ ప్రిజన్ గ్రాడ్యుయేట్ అని ఛమత్కరించారు.

ఎ.ఎం. లింగన్న

తెలుగు, కన్నడ సంస్కృతి మిళతమై ఉన్న హిందూపురంకి చెందిన వ్యక్తి ఎ.ఎం. లింగన్న. జననం కన్నడ ప్రాంతంలో(సరిహద్దు: తుమ్మకూరు జిల్లా) జన్మించారు. జీవనోపాధిలో భాగంగా కంబళ్ళ(గొంగళ్లు) వ్యాపారం చేసుకొంటూ హిందూపురంలో స్థిరపడ్డారు.

అప్పుడప్పుడే విదేశీ వస్త్ర బహిష్కరణ గావించి స్వదేశీ వస్త్రాల వినియోగంపై జాతీయత భావం కలిగింది. స్వాతంత్ర్య పోరాటంలో భాగంగా తాను కూడా ఖాదీ వస్త్రాలపట్ల ప్రజల్లో విస్తృత ప్రచారం కలిగించారు. అందరికంటే ఒకడుగు ముందుకు వేసి హిందూపురం ఖాదీ సంఘాన్ని ఏర్పాటు చేశారు. మరోవైపు కల్లూరి సుబ్బారావు సాంగత్యంలో భాగంగా ఎన్నో రైతు, కార్మిక సంఘాలను నెలకొల్పాడు. 1941 లో గాంధీ పిలుపుని అందుకొని వ్యక్తి సత్యాగ్రహాల్లో పాల్గొని జైలు పాలయ్యారు. అయినా రెట్టించిన ఉత్సహంతో స్వాతంత్య కార్యక్రమాలు జరిపాడు. ఒకసారి గాంధీ గారి దర్శనార్థం వార్ధ లోని సేవాగ్రాం కి వెళ్లారు. అక్కడి వాతావరణం, విద్యావిధానం వంటి విషయాలు లింగన్న గారిని ఆశ్చర్య పరిచాయి. గాంధీగారి సిద్ధాంతాలో, ఆలోచనల్లో ఆంతర్యం తెలుసుకొన్న లింగన్న గారు వెనకబడిన రాయలసీమ లాంటి ప్రాంతాల్లో కూడా

అన్నిటికి అనలమైన విద్య సంస్థ, ఉపాధి సంస్థ, సహాయ సంస్థ ఏర్పాటు చేయాలని తలంచారు. అందుకోసం తన సంపదను ధారపోయడానికై సిద్ధమై హిందూపురంకి 2మైళ్ళ దూరంలో దెయ్యాల దిన్నె గా పిలబడే నిర్జన ప్రాంతాన్ని ఎంపిక చేసుకొని "సేవా మందిర్" అనే స్వచ్ఛంద సంస్థను ప్రారంభించారు. అక్కడ ఎటువంటి లింగ, మత, కుల వివక్షకు తావులేకుండా అందరికి ఉచిత విద్యని అందించారు. మరోవైపు తన స్వాతంత్య్ర కార్యకలాపాలకు స్థావరంగా కూడా ఏర్పాటు చేశారు లింగన్న గారు. కన్నడ ప్రాంతం నుంచి వచ్చే సమర యోధులకు సేవా మందిర్ ఒక రహస్య స్థావరం. ప్రజలని వంచించి, బెదిరించి పన్నులు వసూలు చేసి దాచిన ప్రభుత్వ ఖజానాను కొల్ల గొట్టడానికి ఆలోచన చేసే వ్యూహ కేంద్రం. వీరేకాకుండా ఇంకా కొంతమంది వీరులు భారతజాతీయోద్యమంలో హిందూపురం ప్రాంతంనుండి పాలుపంచుకున్నారు.వారిలో దాశరధి చార్యులు,సిరివరం పీరూసాబ్,దశరథరామయ్య, మసీదురంగయ్య,బి.న్. ఆదినారాయణ రెడ్డి. వెంకటాపురం,మెళవాయి గోవింద రెడ్డి.సూర్యనారాయణ,హెచ్. స్ వెంకట రమణ,హోటల్ సూరి హిందూపురం,హారేసముద్రం నరసింగరావు,బుసనగారి నరసప్ప,హట్టి శంకరరావు గారు ఉద్యమంలో పాలుపంచుకున్నారు.

పప్పూరి రామాచార్యులు

అనంతపురం నగరంలోని పప్పూరి నరసింహాచార్యులు, కొండమ్మ దంపతులకు పప్పూరు రామాచార్యులు జన్మించారు. కందుకూరి వీరేశలింగం గారి సాంగత్యంలో ఆధునిక భావజాలం, సంస్కరణోద్యమ అభిలాష పెంపొందించుకొన్నారు. ఇంటర్మీడియట్ కోసం 1914-16లో మద్రాసులోని పచ్చయప్ప కళాశాలలో చేరాడు. ఆనాటికి గాంధీ గారి రాకతో దేశ రాజకేయ ముఖచిత్రాలు మారబోతున్నాయి. అందులోనూ ద్రావిడ సంస్కృతి, పాశ్చాత్య విద్యావిధానంతో కీలకమైన మార్పులు చోటుచేసుకున్న ప్రాంతంగా మద్రాసు నిలిచింది. నునుగూరు మీసాల యవ్వనం, అప్పటికే రాజమండ్రిలో ప్రోదిచేసుకొన్న సంఘ సంస్కరణాభిలాశకు ఈ వాతావరణం అగ్గికి వాయువు తోడైన వ్యక్తిత్వం ఏర్పడింది. కొన్ని అనివార్య కారణాల ద్వారా డిగ్రీ(బి.ఏ) కొరకు అప్పుడు నూతనంగా స్థాపించబడిన అనంతపురం ఆర్ట్స్ కాలేజ్(1916)లో స్థానికంగా చదవడానికి వచ్చారు. అప్పటివరకు సిద్ధాంత పరంగా ఉన్న భావజాలానికి అనంతపురం కార్య రంగమైంది.1917లో సహాధ్యాయి కర్నమడకల గోపాలకృష్ణమాచార్యులతో పాటు మరికొందరి సన్నితులతో కలిసి 'వదరుబోతు' పేరుతో వ్యాసాలను రాసి ప్రచురించి వీధులలో అర కాణికు కరపత్రాలుగా చేసి పంచేవారు. బ్రిటీషు వారి నిర్బంధ కాలంలో రచయితల పేర్లు బయటకు రాకుండా ఉండడానికై 'కృ', 'క','ణ' దు' త' ల', మొదలైన అజ్ఞాత అక్షరాలతో రాసేవాళ్ళు. అందులో ముఖ్యంగా నాటి సమకాలీన సమాజ పరిస్థితులు, మూఢ నమ్మకాలు, సాంఘిక దురాచారాల ఖండన, జాతీయోద్యమం మొదలైన అంశాలపై హాస్య, వ్యంగ్యాత్మక ధోరణిలో, సులభమైన భాషాశైలిలో రాసేవాళ్ళు. మొత్తంగా 50కి

పైగా వ్యాసాలు రెండు సంవత్సరాల పాటు వెలువరించారు. ఈయన ఖద్దరు వాడకం, సత్యాగ్రహాలలో పాలుపంచుకొన్నందుకు జైలు శిక్ష అనుభవించారు. 1942లో క్విట్ ఇండియాలో జైలుజీవితం కూడా అనుభవించారు.

హిందీ నరసప్ప

స్ఫూర్తి దాయక స్వాతంత్ర సమరయోధుడు హిందీ నరసప్ప కల్యాణ దుర్గం తాలూకాలో నూతి మడుగు గ్రామంలో 1916 జనవరి 24 న సాకే వన్నూరప్ప-ముత్యాలమ్మ దంపతులకు జన్మించారు. బాల్యం నుంచే అభ్యుదయ భావాలు కలవాడు కావడంతో సహజంగానే నాటి స్వాతంత్రోద్యమ పోరాటానికి ప్రభావితం అయ్యారు. నాటి జిల్లాలో నాయకులైన కల్లూరి సుబ్బారావు, పప్పూరి రామాచార్యులు, ఐదుకళ్ళు సదాశివం, నీలం సంజీవ రెడ్డి వంటివారు నాయకత్వంలో ఉద్యమ స్ఫూర్తిని నింపాడు. కల్లు పికెటింగ్, హరిజనోద్యమం, ఉప్పుసత్యాగ్రహం వంటి కార్యక్రమాలను కల్యాణ దుర్గం కేంద్రంగా చేపట్టారు. జాతీయ భావన పెంపొందించే క్రమంలో దక్షిణ హిందీ ప్రచారం మొదలుపెట్టారు.

1942లో సొంత గ్రామమైన నూతి మడుగులో స్థానిక యువకులను సంఘటిత పరిచి వ్యక్తి సత్యాగ్రహం దీక్షకు పునుకొన్నాడు. కన్నెర్ర చేసిన బ్రిటిషు ప్రభుత్వం అరెస్టు చేసి కల్యాణ దుర్గం సబ్ జైలుకు తరలించారు. విచారణ జరిపి 4 నెలల కఠినకారాగార శిక్ష విధించారు. ఇతనే అనంతపురం జిల్లాలో అరెస్టు కాబడ్డ తొలి వ్యక్తి సత్యాగ్రహి. అలాంటి కార్యక్రమాలు జైలు శిక్ష అనంతరం నిర్వహించి ప్రజాల్లోనూ, ఇటు నాయకుల్లోను మంచి స్థానం సంపాదించుకున్నారు.

ఎర్రమల కొండప్ప

ఈయన మధ్య తరగతి రైతు కుటుంబానికి చెందినవాడు. రెండవ తరగతి వరకు చదువుకున్నాడు. 1902లో లోకమాన్య బాలగంగాధర్ బెంగళూరు నుండి బొంబాయికి వెళ్తూ గుంతకల్లు స్టేషన్ లోప్రజలనుద్దేశించి చేసిన ఉపన్యాసం విని కొండప్ప తన ఉద్యోగానికి రాజీనామా చేసి స్వాతంత్రోద్యమంలో పాల్గొన్నాడు. 1921లో **గాంధీ** తాడిపత్రికి వచ్చినప్పుడు అతని వెన్నంటే ఉన్నాడు. సహాయ నిరాకరణోద్యమములో పాల్గొన్నాడు. బ్రిటీషుప్రభుత్వము ఇతనికి జైలు శిక్ష విధించి, బళ్ళారిజైలులో నిర్బంధించింది. ఆ జైలులో గదర్ పార్టీ వ్యవస్థాపకుడు పృథ్వీసింగ్ ఆజాద్ (1892-1989), హిందుస్థాన్ సోషలిస్ట్ రిపబ్లిక్ అసోసియేషన్‌కు చెందిన గయాప్రసాద్ కటియార్ (1900-1993) లతో ఇతనికి పరిచయం ఏర్పడింది. ఎర్రమల కొండప్ప తపన, అంకిత భావము, దేశ సేవగురించి తప్ప వేరే ఏ ఆలోచన లేకపోవడం, స్వచ్ఛత వల్ల పృథ్వీసింగ్, గయాప్రసాద్ లకు చాలా ఇష్టుడు అయినాడు. వారు ఇతనికి " కపాస్ " బాంబులు చేయడం నేర్పించారు. అయితే గాంధీజీ అహింసా సిద్ధాంతం పట్ల అచంచల విశ్వాసంగల ఎర్రమల కొండప్ప ఆ ప్రక్రియను ఉపయోగించలేదు. అతడు ఊరి బయట చేనులో

గుడిసె వేసుకుని ప్రత్తి పండించి, నూలువడికి సరఫరాచేశాడు. గాంధీ హరిజన ఉద్యమం ప్రారంభించక ముందే ఇతడు తన తోట దగ్గర ఉన్న మిస్సమ్మ బంగ్లాలో ఉన్న హరిజన బాలికలకు నీటి వసతి కల్పించాడు. ఆసుపత్రిలో ఒక స్త్రీ కొడుకును కని మరణిస్తే ఆ బిడ్డను పెంచి పెద్దచేశాడు. 1930 మార్చిలో ఉప్పుసత్యాగ్రహము ప్రారంభమైంది. " సముద్రము అందుబాటులో లేనివారు ఎక్కడికక్కడ వున్న అవకాశాలను ఉపయోగించుకొని ఉప్పు తయారు చేసుకోవచ్చు" అని ఉద్యమంలో ఒక సడలింపు ఇచ్చారు. బ్రిటీషు ప్రభుత్వం ఉప్పు తయారును నిషేధించింది. ఆ నిషేధాన్ని ధిక్కరించి అనంతపురం ఇంజనీరింగు కాలేజీ సమీపంలోని బంజరు భూమిలోని ఉప్పుమన్ను తెచ్చి తన తోటలో ఆ మట్టిని ఒడగట్టి తేటతెల్లని ఉప్పును తయారు చేసి బహిరంగంగా పొట్లాలు కట్టి ఆ ఉప్పును ఉద్యోగస్తులకు, బజార్లు తిరిగీ అమ్మాడు. ఆ విధంగా ఉప్పుసత్యాగ్రహంలో పాల్గొన్న మొట్టమొదటి వ్యక్తి జిల్లాలో ఇతడే. ఉప్పు అమ్ముతున్న 65 ఏళ్ళు పైబడ్డ వృద్ధుడైన ఎర్రమల కొండప్పను అరెస్టు చేయడానికి పోలీసులే సిగ్గుపడి అరెస్టు చేయలేదు.

ఐదుకళ్ల సదాశివన

నీతికి నిజాయితీకి మారుపేరైన కమ్యూనిష్ట్ నాయకుడు నిబద్ధతకు నిలువెత్తురూపం ఐదుకళ్ల సదాశివన్1930లో కల్లూరు సుబ్బారావు ఉపన్యాసం విని ఉత్తేజితుడై స్వాతంత్ర్యోద్యమంలో దూకిన యువకులలో **ఐదుకల్లు సదాశివన్** ఒకరు. స్వాతంత్ర్యోద్యమకాలంలో కొన్ని సంవత్సరాలు బళ్ళారి సెంట్రల్ జైలులో గడిపాడు. ఆ సమయంలో బ్రిటీష్ పోలీసుల పోలీసుల పైశాచిక చర్యలపై ఎదురు తిరిగి పోరాడాడు. కాలేజీలో చదివినన్ని రోజులు అనంతపురం జిల్లా కో ఆపరేటివ్ బ్యాంకు నుండి ఇతనికి నెలకు 15రు. స్కాలర్‌షిప్ లభించింది. 1934లో మచిలీపట్నం వచ్చిన గాంధీఇతని లక్షణాలను గమనించి దగ్గరకు పిలిచి అభినందించాడు.

హరిజనులకు పారిశుద్ధ్యం నేర్పించే పనీలో భాగంగా హరిజనుల ఇళ్ళకు వెళ్ళి వీధులు ఊడ్చడం, వారి పిల్లలకు స్నానం చేయించడం వంటి పనులు చేసేవాడు. చచ్చిన గొడ్డు మాంసం తినరాదని ప్రచారం చేసేవాడు. 1941 తర్వాత కమ్యూనిష్టు నాయకుడిగా జిల్లా, రాష్ట్ర, కేంద్ర స్థాయిలో ఎదిగినా కూడా హరిజనులకు గృహాలు, భూములు మొదలైన సదుపాయాలు కల్పించాడు.సదాశివన్ పుచ్చలపల్లి సుందరయ్య, మాకినేని బసవపున్నయ్య లాంటి కమ్యూనిష్ట్ నాయకుల పరిచయాలతో కమ్యూనిష్ట్ భావాలకు ఆకర్షితులయ్యారు. జిల్లాలో జరిగిన కమ్యూనిస్టు ఉద్యమాలలో చురుకుగా పాల్గొన్నాడు.కళ్యాణదుర్గం, కదిరి తదితర ప్రాంతాలలో ఫ్యూడల్ భూస్వామ్య వ్యతిరేక పోరాటాలు, పెత్తందారి వ్యతిరేక పోరాటాలు నిర్వహించాడు. ఎమ్మెల్సీగా పనిచేసినా సాధారణ జీవితాన్ని గడిపి ఎంతోమందికి ఆదర్శప్రాయుడిగా నిలిచాడు. అసెంబ్లీకి కూడా నడుచుకుంటూ వచ్చేవాడు.

కైప సుబ్రహ్మణ్య శర్మ

ఈయన 1890 అక్టోబర్ లో అనంతపురంజిల్లా ఇల్లూరు గ్రామంలో సుబ్బమ్మ, మహానందిశాస్త్రిగార్లకు జన్మించాడుమద్రాసులో .ని పండిత దివి గోపాలాచార్యుల ఆయుర్వేద కళాశాలలో 4 సంవత్సరాలు చదివి 'భిషగ్వర' పట్టాను పొందాడు .1920లో పామిడిలో జరిగిన మద్యపాన నిషేధకార్యక్రమంలో పప్పూరి, కైపమహానందయ్య, తరిమెల సుబ్బారెడ్డి వారితో కలిసి పాల్గని జైలు జీవితం కూడా గడిపారు .1929లో నంద్యాలలో గాడిచర్ల హరిసర్వోత్తమరావు అనుయాయిగా సాంఘిక, సాంస్కృతిక, రాజకీయ రంగాలలో చురుకుగా పాల్గొన్నాడు యుద్ధ వ్యతిరేక ప్రచారం సాగిస్తున్నాడనే అభియోగం పై .1941 ఫిబ్రవరి 11వ తేదీ అరెస్టయి 6 నెలలు జైలు శిక్ష అనుభవించాడుఅనంతపురంలో . పినాకిని ముద్రణాలయం ప్రారంభించి తద్వారా పినాకిని అనే వారపత్రికను నడిపాడు.

గొట్టిపాటి సుబ్బరాయుడు

వెంకటమ్మ, వెంకటయ్య దంపతులకు జన్మించాడు 1917లో. ఇతని పూర్వీకులు గుంటూరు ప్రాంతం నుండి తాడిపత్రి ప్రాంతానికి వచ్చి చేరారు. అక్కడి నుండి వారి నివాసము ధర్మవరం సమీపంలోని ఎగువపల్లెకు మారింది. ఎగువపల్లె దగ్గరలో కల కోనాపురంలో ఇతని తండ్రి వెంకటప్ప కాపురం పెట్టి గౌరవంగా సేద్యం చేసేవాడు. ఇతని 10వ యేటనే తల్లిదండ్రులను కోల్పోయాడు. తన అన్నగారి వద్ద పెరిగాడు. వెంకటరామారావు వద్ద తెలుగుసాహిత్యం చదువుకిన్నాడు గాంధీ పిలుపు మేరకు స్వరాజ్య ఉద్యమములో పాల్గొన్నాడు. ఆంధ్రరాష్ట్ర రైతు సంఘ అధ్యక్షుడిదాకా ఎదిగాడు. ఇతడు రాజకీయ రంగంలో ప్రవేశించినా పదవులకోసం ప్రాకులాడలేదు.ఇతడు రచించిన అసంపూర్ణ వికాస భారతము (ఆదిమ-బౌద్ధ-శాంతి-అణు పర్వములు)2.రాయలసీమ3.గాంధిగీత అనే కావ్యాలు ముద్రిత రచనలు. కమ్మమహారాజు, విజయవాణి, వాహిని, స్వశక్తి, ఆంధ్రశ్రీ పలు పత్రికలకు సంపాదకత్వం వహించారు.

అధారగ్రంథాలు:-

1. రాయలసీమ స్వాతంతోద్యమ చరిత్ర – కాటం లక్ష్మి నారాయణ.

2. కల్లూరి సుబ్బారావు జీవిత చరిత్ర – కల్లూరి రాఘవేంద్రరావు.

3. కిట్ ఇండియా **స్వర్ణోత్సవాలు** – డి . సూర్యనారాయణ రావు.

4. శ్రీసాధన పత్రిక సాహిత్యం – జెన్నే ప్రచురణలు

6. స్వర్ణోత్సవ స్వాతంత్య సావనీర్ – **సంపాదకులు**: రాచపాలెం చంద్రశేఖర్ రెడ్డి

7. వదుర బోతు వ్యాసాలు (పునర్ముద్రిత) – అప్పిరెడ్డి హరినాథ్ రెడ్డి
8. డా.మద్దయ్య – స్వాతంత్ర్యోద్యమ చరిత్ర నిపుణులు
9. రాయలసీమ స్వాత్రంతోద్యమచరిత్ర – కాటం లక్ష్మి నారాయణ.
10. క్విట్ ఇండియా స్వర్ణోత్సవాలు – డి . సూర్యనారాయణ రావు.

హిందూపురం నుండి ప్రాతినిధ్యం వహించిన వీరుల గురించి విషయాలు తెలిసిన వ్యక్తులు:–

1. మెళవాయి గోవింద్ రెడ్డి. 94 సంవత్సరాలు. మడకశిర. (అలనాటి పోరాటంలో న్యాయవాది)
2. వి. నరసింహ రెడ్డి. 98 సంవత్సరాలు. వెంకటాపురం(తుమకూరు: కర్ణాటక) స్వాత్రంత్య సమర యోధుడు.
3. కల్లూరి రాఘువేంద్రరావు. అలనాటి రాజకీయాలపై అవగాహన కలిగిన వారు.
4. బుగడూరు మదన్ మోహన్ రెడ్డి. హైదరాబాద్ సెంట్రల్ యూనివర్సిటీ ఆఫ్ హైదరాబాద్. విషయాన్నిక్షేత్రస్థాయిలో పర్యటించి సేకరించిన వ్యక్తి.

★★★★★

రావిశాస్త్రి నవలలు – కథనరీతులు

సాహిత్య ప్రపంచంలో అనేక దుర్మార్గాలను, వర్గాధిపత్యాన్ని ఎండగట్టడానికి నవలకు మించిన ఆయుధం రచయితకు లేదేమో. నవలా సాహిత్యంలో మనిషితనాన్ని తట్టిలేపిన గట్టివ్యక్తి రావిశాస్త్రి. రావి శాస్త్రి అనేక కథలు, నవలలు రాశారు. వాటిలో'తొలి నవల 'అల్పజీవి', 'ఇల్లు' 'రాజు–మహిషి', 'రత్తాలు –రాంబాబు', 'సొమ్ములు పోనాయండి', 'మూడు కథల బంగారం' వంటి నవలలు రావిశాస్త్రిని నవలా లోకంలో చిరస్థాయిగానిలబెట్టినవి. తనకంటేముందున్నవిశ్వనాథసత్యనారాయణ, ఉన్నవ, గోపీచంద్, బుచ్చిబాబు, కొడవటిగంటి లాంటి గట్టి నవలా రచయితలున్నప్పటికీ వాళ్లు స్పృసించిన అంశాలనే స్వీకరించి పేరుగడించడమంటే పెద్ద సాహసంగానే చెప్పుకోవచ్చు.

అల్పజీవిలోని కథన శిల్ప చైతన్య స్రవంతి Time is a continuous flow, but not a series of suppurate points, అన్న బర్గెసన్ సిద్ధాంతము, ఫ్రాయిడ్ అంతచ్చేతన కు ఇచ్చిన వ్యాఖ్యానాలు చైతన్యస్రవంతికి మూలాధారాలు అని వల్లంపాటి వెంకటసుబ్బయ్య అంటారు. అల్పజీవికముందు తెలుగులో చైతన్య స్రవంతి కథన పద్ధతి చెదురు ముదురుగా మాత్రమే ఉండేది శ్రీ కోనేటి రావు కలలు తెలుగులో వచ్చిన మొదటి చైతన్య స్రవంతి రచన అల్పజీవి మొదటి నవల అని వల్లంపాటి వెంకటసుబ్బయ్య అన్నారు. సుబ్బయ్య కథానాయకుడు ఊహ తెలియక ముందే తల్లి మరణం, సవతి తల్లి క్రౌర్యం ,తండ్రిని చీకట్లో ఎవరో కొట్టడం, సుబ్బయ్యకు గుమాస్తా గిరి రావడం, క్లాస్మెట్ వెంకటరావు చెల్లెలు సావిత్రిని సుబ్బయ్యకు పెళ్లి చేయడం, సావిత్రి సుబ్బయ్యను అసలు భర్తగానే చూడకపోవడం ,వెంకట్రావు అవసరానికి సుబ్బయ్య గవరయ్య దగ్గర 500 లంచం తీసుకోవడం, సీటు మారడం వల్ల గౌరయ్య పనిచేయకపోవడం, గవరయ్య బెదిరించి నోటు రాయించుకోవడం అనుకోకుండా మనోరమ అతని జీవితం లేక ప్రవేశించడం వెంకట్రావు మనోరమ జోక్యంతో నోట్ ను వెనక్కు తెప్పించడం ఇవన్నీ అల్పజీవి నవల లోని ముఖ్యంశాలు. ఈ నవలలో కథ కంటే నవలలోని పాత్రల అంతర్ మధనాన్ని చిత్రించిన తీరు చైతన్య స్రవంతికి నిదర్శనం. అల్పజీవి తర్వాత రాజు మహిషి ఈ నవలలో అల్పజీవి తర్వాత ఒక విరాట్ రూపంలో అతని శైలిలో కనిపిస్తుంది అంటారు వల్లంపాటి వెంకటసుబ్బయ్య. గేదెల రాజమ్మ, మందుల భీముడు, భవాని శంకర ప్రసాదు,మిస్ ప్రేమ, హెడియా లాంటి జీవితాన్ని చీల్చుకు వచ్చిన సజీవ పాత్రలకు ఈ నవలలో కొదవలేదు. రాజు మహిషి నవల కథకన్నా కథనం గొప్పగా ఉంది, రచయిత అందులో ఏం చెప్పాడనే దాని కంటే, ఎలా చెప్పాడనేదే మనకు కనిపిస్తుంది. కథాగమనంలో సజీవ పాత్రలను దృష్టిలో ఉంచుకొని ఈ నవల రాశారు. రాజు మహర్షి రావిశాస్త్రి

లో వచ్చిన ఆలోచన పరిణామ క్రమంలో ఒక ముఖ్యమైన మలుపు. వర్గ పోరాటాన్ని స్వలాభం కోసం ఎటువంటి పంథాలను అనుసరించాలి అనే విషయాన్ని చాలా సైంటిఫిక్ గా గోవులొస్తున్నాయి జాగ్రత్త నవలలో చూపిస్తాడు. ఉన్నత స్థితికి, తన స్వార్ధ ప్రయోజనాల్ని కాపాడుకోవడానికి ఎంతకైనా తెగించే రాజయోగి పెదనాయన గారు తన తమ్ముడి కొడుకు కిరీటితో జరిపే సంభాషణ ఆ కుర్రాడికి చేసే జ్ఞానబోధ గమనిస్తే ఈ సత్యం అర్థం అవుతుంది. వీరి ఆలోచనలు తన రాజయోగి పెదనాయన గారి పరిధిలోనే ఉంటాయి కిరీటి ఒకచోట అంటాడు అలాగా జనం వెధవల బెదిరింపులకు ప్రభువులు లొంగిపోవడం చాలా అన్యాయం ఆ సందర్భం అని నాకు అనిపిస్తుంది. దేశభక్తుడు సత్యమూర్తి, రాజయోగి ఇద్దరూ ఖద్దరే ధరిస్తున్నారు, నిజాయితీగల సత్యమూర్తి ఖద్దర్ బట్టల్ని గాడిద రంగుని, రాజయోగి ఖద్దర్ బట్టల్ని పులిరంగని రావిశాస్త్రి వర్ణిస్తాడు. ఒకడుగు ముందుకేసి రాజయోగి నుండి మంచి సువాసన వస్తుంది, సిరిసంపదలకు సువాసన ఉంటుంది కదా. వర్గ దృక్పథాన్ని బట్టల్లో చూపించగలడం రావిశాస్త్రి రచనలకు మచ్చుతునకగా చెప్పవచ్చు. బతికే మార్గం బట్టి మనలో జాతులు ఉన్నాయని చెప్పారు అన్ని జీవరాసుల్లోనూ రెండే రెండు రకాలు. తినేవి, తినబడేవి, చంపేవి, చంపబడేవి. కిరీటి నీకు ఏ రకం ఇష్టం, ఏ జాతుల్లో కలవాలని ఉంది, తినే జాతిలోనా, లేక తినబడే జాతిలోనా, చంపే జాతిలోన,లేక చచ్చే జాతిలో నా ?దీనికి కిరీటి మొదటి రకాన్నే ఎంచుకుంటాడు. ధనిక స్వామ్యపు ఆలోచనలకు ప్రతిరూపంగా రాజయోగిని రావి శాస్త్రి సృష్టించారు. ఈ వర్గపోరాటంలో ఆకాంక్షలు అనాదినుండీ ఇలానే ఉన్నాయి. చచ్చే జాతి, చంపే జాతి మీద తిరగబడకుండా పరమ జాగ్రత్తగా ఉండాలి మనకి కత్తులు లాంటి కోరలుండాలి, బాకులాంటి గోల్లుండాలి, తిరగబడే అవకాశం ఉండే గుర్రాలకి కళ్లేలుండాలి, పశువులకి పలుపులుండాలి మనకి పులులకి గొలుసులు ఉండకూడదు. చంపే జాతి చావకూడదు చచ్చే జాతి బ్రతకకూడదు మనం జయించాలి., మనమే ఉండాలి అని వర్గసృహను చాలా సహజపూరితంగా వివరించారు. (కొట్టి రామారావు, వ్యాసకౌముది. డి.2008)

రాచకొండ విశ్వనాథ శాస్త్రి తన చివరి రోజుల్లో అనారోగ్యంతో బాధపడుతూ, మానసికంగా కృంగిపోయినప్పుడు కూడా, పట్టుదలతో ఒక నెలలో పూర్తి చేసిన ఆఖరి నవల 'ఇల్లు'. స్వాతి' వారపత్రికలో 1993లో ధారావాహికగా వచ్చిందీ నవల. సమాజంలోని వికృత రూపాలు, వింత తత్వాలు, కుట్రలు, కుతంత్రాలు, మనుషుల నిజ స్వరూపాలు, అన్నింటినీ మన కళ్ళెదుట బొమ్మ కట్టిస్తుందీ నవల. మానవ మానసిక వైఖరుల గురించి నవలలు రాసిన రావిశాస్త్రి మానసికంగా కుంగిపోయుంటాడా అనేది ఇక్కడ మనం ఆలోచించాల్సిన విషయం.

'ఇల్లు వుండటానికి గూడు కొందరికైతే, ఇల్లు కొందరికి సంపాదించవలసిన ఆస్తి,'' అన్నారు రావిశాస్త్రి. అది ఈనాటికీ నిజమే. ''పరుల కష్టాన్ని దోచుకొని పరద్రవ్యాన్ని కాజేసే పరమ

దుర్మార్గులు ఎంతమంది ఎలా ఉంటారో ఈ ఇంటికి వస్తే మీకు కొద్దిగా తెలుస్తుంది,'' అంటారు ఆయన 'ఇల్లు' నవలకు 'ప్రవేశం' పేరిట రాసిన ముందుమాటలో.

మనిషి బహుముఖాల మోసాన్ని, అధికారుల అవినీతిని బట్టబయలు చేస్తూ, సమకాలీన సామాజిక సమస్యను శక్తిమంతంగా, హృదయానికి హత్తుకునేలా చిత్రించించారు 'ఇల్లు' నవల. కవిత్వంలో వచనం, వచనంలో కవిత్వం- రావిశాస్త్రిగారి కథాకథన శైలి, ఈ రెండింటి సరిహద్దులను చెరిపేసి, ప్రతి వాక్యాన్ని రమణీయం, రసమయం చేసింది. ఇల్లు నవల కొంచెం భయంతోనూ, కొంత భక్తితోనూ రాసానని అనుకొంటున్నాను అన్నారు రావిశాస్త్రి. ఈ నవల 'స్వాతి' వారపత్రికలో ధారావాహికగా వస్తున్నప్పుడు, రావిశాస్త్రిగారి సాహితీ దృక్పథాన్ని తప్పుగా అర్థం చేసుకొన్న కొందరు ఆయన బ్రాహ్మణులను నీచంగా చిత్రిస్తున్నారంటూ లేవదీసిన దుమారం చిన్నదైనా ఆయనకు తీవ్ర మనస్తాపం చెందిన రావిశాస్త్రి తన ప్రాపంచిక దృక్పథాన్ని గురించి వివరణ కూడా ఇచ్చుకున్నాడు.

''పేదలకీ, పేదలని పీడించేవారికీ మధ్య జరిగే సంఘర్షణను చిత్రించగలిగేదే నిజమైన సాహిత్యం,'' ఇదే స్వచ్ఛమైన మార్క్సిస్ట్ దృక్పథం అంటారాయన.

'ఇల్లు' నవలలో ఇల్లుయజమాని చిట్టెమ్మ ఒక వితంతువు. ఆడపడుచు వెంకటలక్ష్మి ఆమెను ఆదుకొంది. విపరీతమైన తాగుడుతో ఆరోగ్యం పాడుచేసుకొన్న వెంకటలక్ష్మి భర్త గుండె ఆగి మరణించాడు. వెంకటలక్ష్మికి ఇద్దరు కొడుకులు. పెద్దవాడు ఉదయ భాస్కర్ ఉగ్రవాదులలో చేరి అడవుల్లోకి వెళ్ళిపోయాడు. చిన్న కుమారుడు అరుణ ప్రకాశ్. చిట్టెమ్మ ఇంట్లో అద్దెకుంటున్న కౌన్సిలర్, సోమయాజులు ఆమెకు సలహాదారు. అనంతం అనే కుంటుంబీకుడు చిట్టెమ్మ ఇంట్లో భార్య, ఇద్దరు కూతుళ్ళు, ముసలి తల్లిదండ్రులతో బాడుగకుంటాడు. కౌన్సిలర్ గవర్రాజు, మోతుబరి గోపికా మనోహరం, డి.ఎస్పి. చిట్టిబాబు ఈ నవలలో ఇతర పాత్రలు.

చిట్టెమ్మకున్న ఆస్తి ఒక ఇల్లు. పిల్లలు లేరు. ఇంటిలోని సగం భాగం అద్దెకిచ్చి ఆ ఆదాయంతో ఆమె జీవిస్తుంటుంది. ఆమె ఆస్తిని చేజిక్కించుకోవాలనే దురాశతో సోమయాజులు, గవర్రాజు, గోపికా మనోహరం పన్నాగాలు పన్నుతూ ఆమె జీవితంలో ప్రవేశించి, ఆమెకు మనశ్శాంతి లేకుండా చేయడం ఈ నవలలోని వృత్తాంతం. వారి చేష్టలతో విసిగి వేసారిన చిట్టెమ్మ ఇల్లు అమ్మివేసి శేష జీవితం గడపడానికి కాశీ వెళ్ళిపోతుంది. వితంతువై, సంతానవిహితమైన చిట్టెమ్మ మానసిక స్థితిని ఒక క్రమాలంకార పద్ధతిలో వర్ణిస్తూ, ఒక సంవేదనాత్మక ఆకృతికి రూపకల్పన చేసారు రావిశాస్త్రి. 'ఇల్లు' నవల అంతటా సామాజిక రుగ్మతల మీద, వ్యవస్థను పతనం చేస్తున్న వ్యక్తుల మీద రావిశాస్త్రిగారి విసుర్లు, విమర్శలు పుష్కలంగా కనిపిస్తాయి.ధైర్యం ఉంటేనే మిగతా సద్గుణాలు ఉంటాయనే జీవిత సత్యాన్ని చిట్టెమ్మ ఆడబడుచు వెంకటలక్ష్మి రెండో కొడుకు అరుణ్ ప్రకాశ్ పాత్ర చిత్రణ ద్వారా నిరూపించారు రావిశాస్త్రి.

ఈ సృష్టిలో న్యాయం లేదు. ధర్మం లేదు. సత్యం, శివం లేనే లేవు. న్యాయాన్ని నిలబెట్టి, ధర్మ సంస్థాపనకి తాపత్రయపడేది మానవుల్లో కోటికి ఒక్కడే. కోటికి ఒక్కడైనా మానవుడే అనే తన సిద్ధాంతాన్ని జీవిత సత్యంగా, సమస్యలకు పరిష్కారంగా యీ నవల చివరలో ప్రతిపాదిస్తారు రావిశాస్త్రి.

రావిశాస్త్రిది అలంకారిక శైలి. దానికి లయ మాండలికం. పదప్రయోగ వక్రత, వాక్య విన్యాస వక్రత, ఆయన రచనలోని విశిష్టత. ఉపమ దానికి ఊపిరి. వర్ణన ఆయన రచనా శైలికి అలంకారమైతే, వ్యంగ్యం ఆయన కథాకథన శిల్పానికి కంఠస్వరం. పాఠకుడే కాదు, రచయిత కూడా వర్ణనాశైలి వ్యామోహంలో పడిపోవడం రావిశాస్త్రి రచనలలో కనిపిస్తుంది.

ఆధారగ్రంథాలు:
1. రాచకొండ విశ్వనాథ శాస్త్రి రచనలు–మనసు ఫౌండేషన్
2. రావిశాస్త్రి శతజయంతి ప్రత్యేక సంచిక–జులై 2002– జనసాహితీ ప్రచురణలు– హైదరాబాద్
3. రావిశాస్త్రి రచనా సర్వస్వం–2005–తెలుగు ఫ్రింట్ – హైదరాబాద్
4. మిసిమి–సెప్టెంబర్–2000– హైదరాబాద్.

★★★★★

కారా కథల్లో స్త్రీ పాత్రలు

కథకు ఒక ప్రాంతంలేదు, కథకు కులంలేదు, కథకు మతంలేదు కథ ఫలానావాళ్లే రాయాలనే వాదం కూడా లేదు. సాహిత్యాకాశంలో కథల వర్షం ఎక్కడ కురిసినా కథానిలయం చేరాల్సిందే. నేడు మనం ఏదైనా ఒక విషయాన్ని కానీ,విషయాంశాన్ని కానీ, స్థలం కానీ, స్థలమహాత్మ్యం కానీ, వ్యక్తులుకానీ, వ్యక్తులగురించికానీ, వస్తువుని, వస్తువాంశాన్ని కానీ, పద్యంకానీ, పాటకానీ,కవిత్వం,పాట, పని, సమస్తం అవసరాలకోసం మనం వెతికేది ముందు తీసే తలుపు ఇంటర్ నెట్. డిజిటల్ యుగంలో నివసిస్తున్న మనం డిజిటల్ తనాన్ని ఇరబై ఏడేళ్ల క్రితం ఆలోచించే అంతసామర్థం కారా మాష్టారుగారికి అబ్బిందంటే అది చాలా అరుదైన వ్యక్తిత్వంగా చెప్పుకోవాలి. ఒక ప్రక్రియ మొత్తం ఒకచోటుకు చేర్చాలనే ఆలోచన, తపన రెండూ ఆయన్నిసాహిత్యాకాశంలో చిరస్థాయిగా నిలబెట్టాయి. అంతే కాకుండా, పాఠకున్ని, రచయితను ఇద్దరినీ ఒకచోటుకు చేర్చింది కథానిలయం అని చెప్పవ చ్చు. సాహిత్యాభిలాష ఉండి కథ చదవాలనే ఆశ ఉంటే చాలు కూర్చున్నచోటే కంప్యూటర్ తలుపుతెరిచి కథాలోకంలోకి ప్రయాణిస్తే, ఎన్నికథలు కావాలి, ఏ కథకావాలి ఎవరి కథకావాలి అన్నీ మనచేతిలో దర్శనమిస్తాయి. ఇటీవలి కాలంలో అనేక ప్రక్రియల్లో కొంతమంది సంఖ్యవేసి మరీ దాడి చేస్తున్నారు, అవి నిలుస్తాయా,కాలంలో కొట్టుకుపోతాయా అనే నిజాన్ని మాత్రం కాలమే నిర్ణయించాలి. రచయిత ఏది రాసినా అది మనతో మాట్లాడుతున్నట్లుండాలి, మనల్ని మాట్లాడించేలా ఉండాలి, గట్టిగా అరిచేలా చేయాలి, ఒక్కోసారి స్మశాన నిశ్శబ్దం అలుముకోవాలి, అందరితో ఆ రచన గురించి చెప్పుకొనేలా ఉండాలి, ఇంతేనా ఇలా మనం ఎందుకు రాయకూడదు అని అనిపించాలి, ఏవైనా రచనలోని తాలూకు సంఘటనలు మన జీవితంలో జరిగిఉంటే ఒక్కసారి అవి గుండెను కలుక్కుమని ముల్లులా కెలకాలి, మంటలా రగల్చాలి, ప్రియురాలి ఆఖరి కౌగిలా మిగిలిపోవాలి. అన్నీ ఇలా ఉండాలని, ఉంటాయని అనుకోవడానికి లేదు.

రావిశాస్త్రిగారు విశాఖభాషకు వన్నెతెచ్చినట్లే, శ్రీకాకుళం భాషకు గౌరవాన్ని సంపాదించిపెట్టిన ఘనత కారా మాష్టర్ గారు తీసుకొచ్చారు. కాళీపట్నం రామారావు గారు కథలు రాశిలో తక్కువగా రాసినా, వాసిలో చాలా నాణ్యతగలిగినవిగా సాహిత్యాన్ని సృజించగలిగారు. కథలు రాసినా, కథలు సేకరించినా ఓ యజ్ఞంలా చేశారు, కథలకు అతనికీ విడదీయరాని స్నేహబంధం ఉంది. ప్రజలఆర్తిని పసిగట్టిన మనిషి, ఇతని పట్టుదలను చూసి కథలే మహదాశీర్వాదం చేశాయేమో. కుట్రలు కుతంత్రాలు లేకుండాల కథలకు జీవధారగా

నిలిచారు.మరి వీరికథల్లో స్త్రీ పాత్రల మహత్వం, లోతుపాతులు, ఆదర్శాలు, అనుబంధాలు అన్నీ ఆత్మీయతలు తెలుసుకోవాలని, తెలియజేయాలనే చిన్న ఆలోచనే ఈ వ్యాసం.

లలిత, అదృశ్యం అనే కథలో లలిత అనే పాత్ర స్త్రీ పురుషుల సంబంధాల పట్ల, వివాహవ్యవస్థపట్ల ఉండాల్సిన, చేయాల్సిన కర్తవ్యాన్ని గుర్తుచేసే పాత్ర అదృశ్యం అనే కథలో లలిత పాత్ర ద్వారా తెలియజేశారు.లలిత అనే యువకుడికి వివాహం ఖచ్చితమౌతుంది, అబ్బాయికూడా తెలిసినవాడే, ముందే గమనించినవాడే అనే విషయాన్ని తెలుసుకుంటుంది.ప్రభుత్వ కార్యాలయంలో గుమాస్తాగా పనిచేస్తూ తన పక్కింట్లో ఉండేవాడు, ఇతనికి ఎదురుగా ఉండే ఇంట్లో అనూరాధ అనే వివాహితను రోజూ తన చూపులతో పలకరిస్తూ ఉంటాడు. ఈ విషయంలో అనూరాధకూ, లలితకూ వాదన జరగడం ఆఖరుకు భిన్నాభిప్రాయాలొచ్చి లలిత వివాహాన్ని తిరస్కరించడం ఇందులోని కథాంశం.

పేరులేని పాత్ర ఉత్తమ పురుషలో సాగిన కథ, ఈ కథలో తాను పెళ్లిచేసుకోబోయేవాడికి ఎలాంటి లక్షణాలుండాలో కలగంటూ వివరిస్తుంది. వివాహం విషయంలో స్త్రీలు ఎలా ఆలోచిస్తారో, ఆలోచించాలో ఈమె వివరిస్తుంది. ఆత్మాభిమానం, పరోపకారం, సామాజిక దృష్టి కలిగిన అమ్మాయిగా తనకు కావాల్సిన వరుడుగురించి ఎన్నో కలలను వివరిస్తుంది.

రేవతి, లేఖాకథన పద్ధతిలో సాగిన ఈకథ, దూరదృష్టి, నవచైతన్యం, తల్లులప్రేమ ఈ కథలో కనిపిస్తుంది.స రేవతి అనే యువతి సీత అనే యువతికి రాసిన ఉత్తరాల సారాంశమే ఈ కథ. ఆ ఉత్తరాల్లో వారి కుటుంబ విషయాలు, ఆదర్శాలూ, పురాణాలూ, సైన్స్, యుద్ధాలు అన్నీ వివరించుకుంటుంటారు. సీత రాసిన ఉత్తరం కనిపించదు కానీ అందులలోని విషయాలు మాత్రం అన్నీ చెప్పింటారు. అందుకు రేవతి ప్రతిస్పందిస్తూ రాసిన ప్రత్యుత్తురాలే ఈ కథాంశాలు. ఒకరకంగా సంఘసంస్కరణా భావాలు ఈ కథల్లోని పాత్రధారులు అని చెప్పవచ్చు. కారా మాష్టర్ కథల్లోని వస్తువు కూడా అట్లే ఉంటాయి. గ్రామాలపై అభిమానం, పట్టణాలపై వ్యతిరేకత, ఆంగ్లభాషపై మోజు, వరకట్న దురాచారం, పెళ్లిచూపులపేరుతో యువతులు ఎదుర్కొనే కష్టాలు, ఆ తంతుతో జరిగే హింసలన్నీ రేవతి పాత్రద్వారా చెప్పించారు. ఒకరకంగా ఆదర్శవంతమైన జీవితానికి నిదర్శనం రేవతి పాత్ర.

సత్యవతమ్మణనే పాత్ర మహదాశీర్వచనం అనే కథలోని పాత్ర సత్యవతమ్మ ఇంట్లో అనారోగ్యంతో ఉంటుంది, భర్తకు వచ్చిన జబ్బును నయంచేయలేక నరకం అనుభవిస్తుంటుంది. పల్లెలో స్థిరపడటం వల్ల పట్నం తాలూకు వ్యవహారాలు తెలుసుకోలేకపోతారు. క్రమంగా తమదగ్గరున్న కాస్తో కూస్తో సంపద తగ్గిపోవడం చివరికి చేతిలో చిల్లిగవ్వకూడా లేకపోవడం, మెడలోని పసుపుతాడు ముత్తయిదుతనాన్ని వెక్కిరించడం, తను వేసిన ఓటు తనకు ఏ మాత్రం మేలుచేయలేని తనాన్ని చూసి ఉస్సూరుమనడం కథలోని వస్తువు.నారమ్మ చావు కథలోని నారమ్మ చనిపోతే ఇంట్లోని జనం కూలికి వెళ్ళింటారు, చిన్నపిల్లలు మాత్రమే ఇంటిదగ్గరుంటారు,

ముసలమ్మ చనిపోయిందని తెలసు ఎవరికి చెప్పాలో తెలీని స్థితి, చనిపోయిన వార్త కంటే శవాన్ని రేపటిదాకా పెట్టుకుంటే వరికోతల కూలీ దొరకదని బాధ పడతారు, చివరికి ఇంటికొచ్చి శవాన్ని ఆరోజు సాయంకాలానికే తగలబెట్టడమో, పూడ్చడమో చేయాలని ఆరాటపడతారు, ముసలమ్మను తగలబెట్టడానికి కట్టెలకోసం ఇల్లిల్లూ తిరుగుతారు, చివరికి ఊర్లోని యువకులు కట్టెలుతీసుకొచ్చి వాళ్లడిగిన ప్రశ్న లకు కుటుంబసభ్యులందరూ తలదించుకొని చితికి నిప్పంటిస్తారు. కూలీ ముందు ఇంట్లోపడే శవాలు కూడా లెక్కలేదు కారణం పేదరికం అంతగా పేదరికం తరుముతుంటే బంధాలు బంధుత్వాలు ఎక్కడ మిగులుతాయి.

సన్నెమ్మ, ఆర్తి అనే కథలోని పాత్రధారి ఎర్రెమ్మ, బంగారమ్మల బాధలు, సన్నెమ్మచావు, ఆర్థిక పరిస్థితులు మారకపోతే జీవితాలు మారవని ఈ సన్నెమ్మ కథ తెలియజేస్తుంది.

సత్యవతి, ఉన్నోడింట్లోని వృథా, లేనివాడంట్లోని వ్యథ ఇవి రెండూ కనిపిస్తాయి ఈ కథలో తిన్నది అరగని తనం కొందరిది, తినడానికి తిండిలేని తనం కొందరిది,షావుకారి పెరట్లో అయ్యే వృథా నీరు, పూరిపాకల్లో నీళ్లు లేక గొంతెండుపోయి అలమటించే ప్రాణాలు ఇవన్నీ తట్టుకొని నిలబడే జీవితాలకు ప్రతినిధి సత్యవతి పాత్ర. మిగిలిన అన్ని పాత్రలు ఇలానే ఉంటాయి.ఆయన కథల మధ్య ఇతర విమర్శకులు చేసిన రెండు మూడు దశల విభజనను అంగీకరిస్తూనే, అన్ని కథల్లోనూ మానవసంబంధాల జీవధార అవిచ్ఛిన్నంగా ప్రవహించడం కనబడుతుంది. ఆయన కథలు రాయకముందున్న పరిస్థితులు, ఆయన కథలు రాసిన కాలానికి సంబంధించి పరిస్థితులు అన్నీ ఆయన కథల్లో దర్శనమిస్తుంది. కారా కథల్లో కుటుంబం, గ్రామం, కులం, వర్గం, స్త్రీపురుష సంబంధాలు, వయోభేదాలు, రాజ్యానికీ ప్రజలకూ మధ్య ఘర్షణ వంటి వేరు రూపాల్లో, వేరు వేరు స్థాయిల్లో వ్యక్తీకరణ పొందవచ్చు, వేరు వేరు పాత్రల ద్వారా పలికించిఉండొచ్చు, వేరు వేరు సన్నివేశాల్లో మనకుదర్శనమూకావచ్చు, కాని మౌలికమైనది ప్రజాస్వామిక అన్వేషణ. ఇవాల్టికీ కొనసాగుతున్న, నేటికీపరిష్కారం కాని ఆ అన్వేషణే ఆయన రచనలు నేటికీ నిత్యనూతనంగా పరిశోధనాత్మకంగా ఉంటున్నాయి.

ఈ మానవ సంబంధాల ప్రజాస్వామికీకరణ అన్వేషణ కారాను సహజంగా, అనివార్యంగా వర్గపోరాటం దగ్గరికి చేర్చింది. ఆయన కథలన్నీ వర్గపోరాటానికి వేరు వేరు వ్యక్తీకరణల చిత్రణలే. అయితే రచయితగా ఆయన విశిష్టత ఏమంటే ఆయన వర్గపోరాటాన్ని సమాజవ్యాప్తంగా వేరువేరు తలాల్లో జరిగే నిరంతర ప్రయత్నంగా విశాలంగా, లోతుగా, సృజనాత్మకంగా అర్థం చేసుకున్నారు. వర్గపోరాటపు సుదూర, సూక్ష్మ ప్రకంపనలను కూడా ఆయన పట్టుకున్నారు. వర్గపోరాటాన్ని, దాని వ్యక్తీకరణలను నేరుగా, సూటిగా, మొరటుగా చిత్రించడం కాల్పనిక సాహిత్యం పని కాదనీ, అది విశ్వసనీయం కావాలంటే, పాఠకుల ఆలోచనల మీద ప్రభావం వేయాలంటే దాని చిత్రణ విభిన్నంగా, విశిష్టంగా, అపురూపంగా ఉండక తప్పదని ఆయన గుర్తించారు. అందువల్లనే ఆయన ఈ వర్గపోరాట నిత్యజీవిత ప్రతిఫలనాలను మానవ

సంబంధాల ద్వారా, సామాజిక చరిత్ర ద్వారా, సాధారణ జీవన సంఘటనల ద్వారా, జీవన పరిణామాల ద్వారా చిత్రించాలని పూనుకున్నారు. అందుకే కారా కథలు చదువుతున్నప్పుడు పైపొరలో ఎవరికైనా కనబడేవి మానవ సంబంధాలు, సామాజిక చరిత్ర, సాధారణ జీవన సంఘటనలు, సాధారణ జీవన పరిణామాలు. అక్కడి నుంచి కింది పొరల్లోకి వెళ్తున్నకొద్దీ వర్గపోరాట అనివార్యత, పీడితవర్గ పక్షపాతం, వ్యవస్థ పరివర్తన ఆవశ్యకత కనబడతాయి. వర్గపోరాటాన్ని అంగీకరించని వాళ్లయినా, గుర్తించనివాళ్లయినా, దాని పట్ల అపోహలు ఉన్నవాళ్లయినా కారా కథలు చదివి ఆకర్షితులయ్యేది వారికి ఈ నాలుగు అంశాల్లో ఏ ఒక్కదాని మీదనైనా ఉండే ఆసక్తి, అభిరుచి వల్లనే. ఆ కథల్లోని నిర్మాణం వల్ల, పొరలు పొరలుగా సూచించిన అనేక అంశాలు మళ్లీ మళ్లీ గుర్తుకొస్తాయి. అంతిమంగా అవి పాఠకుల ఆలోచనా సరళిని ఉన్నతీకరిస్తాయి. పాఠకుల అవగాహనాల ఉన్నతీకరణే కారా రచనలను ప్రాసంగికంగా ఉంచుతుంది.

★★★★★

కథల సేద్యగాడు హరికిషన్

రాయలసీమలో కరువు అనేది పెద్ద సమస్యే, తీర్చలేనంత సమస్య అయితే మాత్రంకాదు. ప్రజలకు కరువును అంటగట్టడం అలవాటు చేశారు పాలకులు. సీమనుండి ప్రాతినిథ్యం వహిస్తున్న వాళ్లు సుఖంగా ఉంటూనే ఉన్నారు. మా జీవితాల్లో కరువును కలకలిసిపోయింది, కరువును వీడి మేము ఉండలేం. కాకపోతే మమ్మల్ని కరువు కూపంలోకి నెట్టేసిన పాలకుల కుతంత్రాలని తలుచుకుంటేనే శతాబ్దాల బాధ ఉబికివస్తుంది, అది కరువు మిగిల్చిన వేదన కంటే, రోదన కంటే ఇంకా ఎక్కువైంది. రాజకీయ నాయకుల మోసాలు గుర్తొచ్చినప్పుడల్లా గుండె నిప్పులు కక్కుతుంది. చరిత్ర అంతా చేసిన మోసాలు కులాల ఆధిపత్యాలు వీటి మధ్య చిక్కిన జీవితాలను చదివితే ఆవేశం ఎర్రటిబీడుభూముల్లోని సుడిగాలిలా మమ్మల్ని చుట్టేస్తుంది. పాలేగాళ్ల పోరాటాలను దొంగలుగా చిత్రించిన వైనం.ఆదిపథ్య వర్గాల యజ్ఞాల మంటల్లో చిక్కి సమిధులైన సామాన్యజనులసాక్షాలను ఏ కోర్టుల్లో ప్రవేశపెట్టేది. కరువును అంటగట్టి నాగరికతను దూరం చేసి ఆకలిని, ఆవేదనను, మనోభావాలను కూడా సొమ్ము చేసుకున్న కొన్ని వర్గాల కుటిల నీతులను ఊపిరాడనీయకుండా ఉరితాడు బిగించాలని అనిపిస్తుంది.

రాయలసీమలోని ప్రజల వేదనలన్నీ సాహిత్యకారులు తమ సాహిత్య ప్రక్రియల్లో ప్రస్తావిస్తూనే ఉన్నారు. అలాంటి ప్రస్థానాన్ని ప్రస్తుతం కర్నూలు కథకుడు డా. హరి కిషన్ గారు చాలా ఆర్ధ్రతతో కూడిన కథలు రాస్తున్నారు. ఒక కథకుడిగా, పరిశోధకుడిగా, పరిశీలకుడిగా, సంపాదకుడిగా, జానపదుడిగా అన్ని కోణాలను స్పృశిస్తూ కథలు రాస్తున్నారు. హరికిషన్ కథకుడిగా ప్రత్యేకత ఏంటంటే తాను రాస్తాడు, తానే కథను చెబుతాడు, తానే పరిశోధకుడిగా కథను వెలికి తీసి భద్రపరుస్తూ భావితరాలకి అందిస్తున్నారు. ఇతని కథలు కేవలం కరువుకే పరిమితం కాకుండా, ప్రేమను, చరిత్రను, హాస్యాన్ని, వ్యంగ్యం ఇలా తన కథల్లో అన్ని విషయాలను అన్ని వర్గాలను ముడివేసి పట్టుకున్నారు. హరికిషన్ కథలు అనే పుస్తకంలో మొత్తం 44 కథలు ఉన్నాయి. ఒక్కో కథ ఒక్కో జీవితం, ఒక్కో జీవితం ఒక్కో చరిత్ర, ఒక్కో చరిత్ర నేటి సమాజానికి సూటి ప్రశ్న, ఒక్కో ప్రశ్న నేటి పాలకుల మెడలు వొంచే వొడిసిలి దెబ్బ.

హరికిషన్ గారి జాస్మిన్, అనే కథలో తాను ప్రేమించిన అమ్మాయి పేరు తెలియకపోయినా, ఆమె పేరు జాస్మిన్ అని నామకరణం చేసుకోవాలంటే ఆమె పట్ల ఉన్న ప్రేమ ఎంత స్వచ్ఛమైనదిగా భావించుకున్నాడు ఆ ప్రియుడు. బహుశా ఆమె నవ్వే నవ్వు కూడా మల్లెల పున్నమిలా ఉండేదేమో. ప్రేమించిన ప్రియురాలి కోసం అనుక్షణం నిరీక్షించే అతని చూపులకు

జాస్మిన్ అందకుండా వెళ్లిపోవడం ఆ ప్రియుని మదిలో కలత మొదలైంది. నిరంతరం ఆమె తలపుల్లో తడిచి జ్ఞాపకమై గుర్తుగా నిలిచిపోవడమే ఈ జాస్మిన్ కథ. చివరికి తను నిరీక్షించే జాస్మిన్ ఒక అనాథ శవంగా పడి ఉండడం చూసి ఆ ప్రియుడి యెద బరువును కథకుడు చెప్పిన రీతిని చదువుతుంటే ప్రియుడు బాధ దేవుడెరుగు పాఠకుడి గుండె బరువును ఎవరు దించగలరు. చితికెక్కిన గుండెతో కూడా కనీసం తన ప్రేమను కూడా వ్యక్తపరచనివాడు, తన ప్రాణంగా భావించే అమ్మాయితో మాట కూడా మాట్లాడని ఒంటరితనంతో, ఆమె నడిచిన దారుల్లో తాను తీసుకొని వదిలిన గాలి స్పర్శను కూడా ఎరుగని ప్రియుడు, అనాథ శవానికి అంత్యక్రియలు చేస్తానని ముందుకు రావడం ప్రియుడి మదిని మల్లెపువ్వుగా వర్ణించవచ్చు. మల్లెపువ్వే అని ఎందుకు నామకరణం చేసుకున్నాడు అని పాఠకుడు ప్రశ్నించుకుంటే, అనేక సమాధానాలు వ్యక్తిగతంగా, దృక్పథం ఆధారంగా అనేక విషయాలు స్ఫురణకు వస్తాయి. బహుశా స్త్రీ అస్తిత్వాన్ని శరీరం రంగుతో గుర్తించడం కూడా ఇక్కడ చెప్పుకోవచ్చు. ఆడవాళ్ళది జీవితాలు పూలలా వాడిపోయేలాగా ఉంటాయని అనుకోవచ్చు, వాటిని ఎప్పుడైనా చిదివేయొచ్చని అనుకోవచ్చు, స్వచ్ఛమైనవిగా భావించవచ్చు, ఆడవారి జీవితాలు మల్లెలుగా పరిమళిస్తాయని కూడా చెప్పుకోవచ్చు ఇంకా ఎన్నెన్నో మన ఊహించుకోవచ్చు, చెప్పుకోవచ్చు.

ఒక చల్లనిమేఘం, అనే కథ తల్లిదండ్రుల ఆప్యాయతలు లేని పిల్లలు ఎలా బాధపడతారు అనేది తెలియజెప్పే కథ. తల్లిదండ్రుల ఆశలను, ఆశయాలను పిల్లల చేత నెరవేర్చుకోవాలని తాపత్రయపడే తల్లిదండ్రులకు ఒక హెచ్చరిక లాంటిది ఈ కథ. తాను కలగన్న జీవితాన్ని అనేక కారణాంతరాల వల్ల నిర్మించుకోలేని తల్లిదండ్రులు ఆ కలలను తమ పిల్లల జీవితాల్లో సాకారం చేసుకోవాలని అనుకోవడం తల్లిదండ్రుల తప్పేం కాదు. అయితే ఏ ఒక్కరి జీవితం ఇంకొకరి జీవితంలా ఉండదు ఉండకూడదు కూడా. అలాంటప్పుడు బిడ్డలను ఇలాగే బతకండి అని నిర్దేశించడం కూడా తప్పే అవుతుందనేది నా అభిప్రాయం. అయితే ప్రతి తల్లిదండ్రులు కూడా బిడ్డల భవిష్యత్తును చదువుకి ముడేయడం అనేది ఆనవాయితీ. అందుకే తానెంత కష్టపడ్డా పిల్లలు మాత్రం బాగా చదివించాలి అనుకుంటాడు. అనుకున్నవన్నీజరిగితే జీవితమెలా అవుతుంది. నిర్బంధ చదువును చదివించాలనే తండ్రి కథే ఒక చల్లని మేఘం. బాగా బుద్ధిగా చదువుకో ఇప్పుడు నువ్వు సెవెంత్ క్లాస్, పబ్లిక్ మార్కులు అదిరిపోవాలి, అందరి ముందు నేను తలెత్తుకొని గర్వంగా తిరగాలి, నీకోసం ఎంత ఖర్చు పెడుతున్నానో చూస్తున్నావు కదా, జాగ్రత్త అల్లరి చిల్లరగా తిరగొద్దు ఏదైనా కంప్లైంట్ వచ్చింది అనుకో నా గురించి తెలుసు కదా, కాళ్లు చేతులు విరగ్గొట్టి రైలు కింద పండబెడతా. ఈసారి క్లాస్ ఫస్ట్ రావాలి గుర్తుంచుకో అంటూ ఒక తండ్రి విద్యార్థిని హాస్టల్లో అప్పగిస్తూ ఆడిన మాటల సందర్భాన్ని కథకుడు చెప్పిన రీతి నేటి విద్యార్థులందరికీ జీవితాలకు వర్తిస్తుంది. కేవలం విద్యార్థులకే కాదు వారి తల్లిదండ్రులకు కూడా అచ్చం అతుకుతుంది. బలవంతంగా బంధీ చేసిన బాల్య బతుకుల నుండీ దూరంగా ఎగిరిపోవాలని ఆ

విద్యార్థులు కలగన్నారు. వారిదైన లోకంలో విహరించడానికి ఆలోచించారు, అందుకోసమే రెక్కలను కూడా తయారు చేసుకున్నారు, మనం ఎగిరిపోయే లోకంలో నాన్నలుండరు, అమ్మలు ఉండరు, టీచర్లు ఉండరు, భోజన గంటలు లేవు, ప్రార్థనలు లేవు, బలవంతపు చదువులు లేవు, బూట్లు లేవు, తక్కువ, ఎక్కువలు లేవు, టైలు లేవు అరుపులు, తిట్లు,తన్నులు అసలే లేవు. అని వారి లోకంలో విహరించడానికి ఇష్టపడేటువంటి విద్యార్థుల ఊహా లోకాన్ని సృష్టించిన కథకుడు హరికిషన్ ఆలోచనలను పసిగట్టవచ్చు. అంటే మనం పిల్లలకు ఎక్కడా కూడా కాసింత తీరిక లేకుండా చదువుతూనే ఉండాలని ఆలోచిస్తాం. అయితే అంతకుమించి వాడికొక మెదడు ఉంది, దానికి ఒక మనసు ఉంది మనసు ఏం కోరుకుంటుందో వాళ్ల ఆలోచనలకు ప్రాధాన్యతనిద్దాం అనే కనీస ఇంకితం లేని తనంలో మనం జీవిస్తున్నాం. ఎవరికైనా వారి లోకం ఒకటి ఉంటుందని, కథకుడు ఒక విద్యార్థిగా, ఒక పిల్లాడిగా మారి ఆలోచన చేయడమైనటువంటిది గొప్ప విషయం. ఇందులో గొప్పేముంది స్వతహాగా తన జీవితం నిత్యం వికసించే నాటు పువ్వుల సువాసనల మధ్య, బంధీకాని బాల్యాల జీవితాల మధ్య గడుస్తుంది కదా.

బంగారం కథ, బాల్యవివాహాలు పసి మొగ్గలను ఎలా నలిపేస్తాయో తెలిపే కథ. పసి గుడ్డలకు పెళ్లిళ్లు చేయడంతో తాను పెరిగే వయసులో తన కడుపులో ఇంకో బిడ్డ పెరగడం, అందుకు అనుగుణంగా తట్టుకునే శక్తి లేక కాన్పు సమయంలో ప్రాణాలు గాలిలో కలిసిపోవడం చూస్తూనే ఉన్నాం. బిడ్డలు కనను అంటే పెళ్ళాన్ని మార్చేస్తా అని భయపెట్టే మగ జాతి అహంకారానికి తలొగ్గి జ్యోతి కడుపులో బిడ్డను మోయడం, తన సంతానాన్ని భూమికి పరిచయం చేసి తాను శాశ్వతంగా కన్నుమూయడం చలింప చేసేటటువంటి కథ.

కరువును తట్టి లేపే కథ పచ్చి కరువు. కర్నూలు పట్టణాన్ని పగబట్టి మేఘంలోని నీరంతా కర్నూల్ లోనే ఒలగబోస్తే జరిగిన నష్టం ఎంతని, ఎవరికి చెప్పేది. చావడానికి ఒకటే దారి బతకడానికి వంద దారులుంటాయని ధైర్యాన్నిచ్చిన కథ. మనం బతుకుతూ మనల్ని నమ్ముకున్న వాళ్లను కూడా బతికించుకోవాలని తెలియజేసే కథ.

కరువు జీవితాలను ఎలా అభాసుపాలు చేస్తుందో తెలిపే కథ రాజమ్మ. పిల్లలను సాకలేక రెండో పెళ్లి చేసుకునే వంకర బుద్ధితో పుల్లయ్య రాజమ్మను రెండో పెళ్లి చేసుకోవడం, వాడు మంచాన పడి ఉండడం అందరిని దోచుకోవడం, రెడ్డి డబ్బులు ఇచ్చి పుల్లయ్య చేత రాజమ్మను పెండ్లి చేసుకొనేలా చేశారంటే అర్థం చేసుకోవచ్చు.

హిందూ ముస్లిం భాయి భాయి కథ, నేటి ఆంధ్రదేశ పరిస్థితులకు అద్దం పట్టేలా ఉంది. ఒకడుకంటే వేరొకడు ముద్దాడినట్లు, హిందువుగా పుట్టి, అన్ని సౌకర్యాలు హిందూ మతం ద్వారా ప్రభుత్వంతో పొంది, అన్ని హక్కులు అనుభవిస్తున్నారు. చివరికి పరమతం పేరు చెప్పుకుంటూ ఆ మతాన్ని ప్రచారం చేసుకుంటూ అందులో ఊరేగాలని చూస్తూ అక్కడ కూడా అవమానాలు పడుతున్నారు. కానీ ఆ అవమానాన్నే వాళ్లకు గౌరవం గా కూడా భావిస్తున్నారు. ఇది కేవలం

హిందూమతంలో గౌరవం తక్కువని పరమతంలోకి ప్రవేశించే వారికి మాత్రమే వర్తిస్తుంది అందరికీ కాదు. దేవాలయ ప్రవేశం కోసం కొట్లాడేవాళ్లు, దేవాలయ ప్రవేశం చేయిస్తానని భంగ పోయిన పోలీసు అధికారితో మేము ఎస్సీలు కాదు, క్రిస్టియన్ అని చెప్పుకుంటారు. చర్చిలోకి మాదిగోళ్లను గాని, మాదిగోళ్ల చర్చిలోకి మాలలను గాని రానీయర అంట. ఎంత బాగా అస్పృశ్యతను రూపుమాపి సమాజాన్ని ఉద్ధరిస్తున్నారో పాపం. చివరికి అన్ని మతాల వాళ్ళు చేరి మతం మార్చిన వాళ్ల మీద తిరగబడి కొట్టడం ఈ కథలో కొత్తదనంగా కనిపిస్తుంది. అంటే కేవలం హిందూ మతం లోనే కాదు భారతదేశంలో మతం మారిన పరమతాల్లో కూడా అస్పృశ్యత వెలిగిపోతోందని తెలుస్తుంది.

మెర్సీ కొత్త ఆలోచనలతో సాగే కథ. ఈ కథ చదివేవారు ఎలా స్వీకరిస్తే అలా అర్థమవుతుంది. స్త్రీ తన ఇష్టాఇష్టాలకనుగుణంగా బతకాలనుకొని మగవాడి క్రూర ఆలోచనలను ఈ కథ తెలియజేస్తుంది. గమ్మత్తేంటంటే కొడుకే తల్లి ప్రేమ సందేశాలను చూసి అసహ్యించుకోవడం, అసహ్యించుకున్న ఆ కొడుకే చివరికి ఆమెకు అనుకూలం చేయడం ఇందులో కొసమెరుపు. బాధ్యతలేని తండ్రి ఆస్తిపాస్తులు సంపాదించుకున్న తర్వాత ఎంతమంది ఆడవాళ్ళనైనా పెళ్లాడవచ్చని చెప్పే ధోరణితో, అనేకమంది ఆడవాళ్ళతో తిరుగుతుంటాడు. ఇంట్లో ఉన్న భార్యని పూర్తిగా నిర్లక్ష్యం చేయడం, అంతేగాకుండా సంపాదించిన సంపదను కన్నబిడ్డలకు, కట్టుకున్న భార్యకు పైసా కూడా ఖర్చు చేయకుండా ఊర్లో పడి ఊరేగడం బాధ్యత లేని తండ్రి పాత్రను తెలియజేస్తుంది. మగవాడు మోసం చేసిన ఆడది బిడ్డల్ని కాపాడుకోలేని తాపత్రయంతో శంకర్ తల్లి కుట్టు మిషన్తో పనిచేసుకుంటూ అనేక ఇబ్బందులు ఎదుర్కొని పిల్లలు ఇద్దరినీ ప్రభుత్వ పాఠశాలలో చదివిస్తుంటుంది, తన తల్లి చెప్పేమాట ఒకటే, చదువే మనల్ని మార్చే ఏకైక సాధనం అని నిరంతరం తన బిడ్డలకి బోధ చేస్తుంటుంది. తన బిడ్డల్ని తాను బాధ్యతగా చూసుకుంటూనే, తన జీవితంలో కనుమరుగైన ఆనందాన్ని వెతుక్కోవడానికి అడుగు వేయడానికి ప్రయత్నిస్తుంటుంది. ఆ అడుగుకు సరైన అనుకూల, అనువైన ప్రదేశం కోసం ఎదురు చూస్తూ ఉంటుంది. బాధ్యతలవల్ల కోరికలను అనుచుకుంది, పిల్లలు ఒక స్థాయిలోకి వచ్చాక సంతోషాన్ని వెతుక్కోవాలని తాపత్రయపడింది అంతకుమించి తన సంతోషం కంటే తన సంతానాన్ని కోడి తనపిల్లల్ని రక్షించుకున్నట్లుగా భద్రంగా చూసుకున్నది. ఆధునిక స్త్రీ ఆలోచించే ఆలోచన పద్ధతిని శంకర్ వాళ్ళ అక్క ఆలోచించడం ఈ కథలోని కొత్తదనం. కథలోని కీలక మలుపు కూడా ఆ మాటలనే చెప్పుకోవచ్చు. అమ్మ సంతోషంగా ఉండడం నీకు ఇష్టం లేదంటే చెప్పు, అని అక్క తమ్మునితో చెప్పే మాటలు తనతల్లి చేసేది తప్పు కాదు అనేటువంటి విషయాన్ని చెప్పకనే చెబుతుంది. అంటే ఇక్కడ మనకు చలం మాటలు గుర్తుకొస్తాయి. తండ్రి పెట్టిన కష్టాల్ని గుర్తుకు చేసుకొని తన తల్లికి కావాల్సిన సుఖాన్ని పొందడానికి తాను అడ్డు కాకూడదని విహారయాత్ర పేరుతో బయటకు పోవడం శంకర్ ఆలోచనలోని ఎత్తును గమనించవచ్చు.

అలాగే మతం ముసుగులో సాగే కథ ఒక మైనారిటీ కాలేజీ కథ. మదన్ గోపాల్ కాస్త మతం మార్చుకుని పాల్ గా ఎయిడెడ్ స్కూల్లో చేరడం, నిజమైన క్రిస్టియన్ కు సీటు రాక ఎస్సీ, క్రిస్టియన్ లు ఇద్దరూ కోర్టుకుపోవడం కథ. మతం సున్నితమైన విషయం అయినా మతం ఇతివృత్తంగా సాగిన కథల్లో కళ్ళు తెరవాల్సిన విషయాల్ని అవగతం చేశారు. చదువులోని తారతమ్యాలను ఎత్తిచూపే కథ చూపు, బహుజనుల వ్యథలను చిచ్చు, తెరవని తాళం, కథల్లో కనిపిస్తుంది. ఆశ్చర్యంగా బోయ కులస్తులను గొర్రెల కాపరులుగా చిత్రించి రాసిన చిచ్చుకథ. తెరవని తాళం దూదేకుల వృత్తిలోని హింసను ఇతివృత్తంగా అణగారిన వర్గాల కథ. దొంగలను వదిలేసి బీగాల వృత్తి చేసే వారిని జైల్లోకి వేసే పోలీసుల నిర్వాకాన్ని చిత్రించే కథ.

జై తెలంగాణ, కొత్తకల, తరతరాల దుఃఖం, ఇంకా అనేక కథలు రచయితలోని భిన్నమైన ఆలోచన దృక్పథాన్ని తెలుపుతాయి. సమాజంలో జరుగుతున్న కులాల దోపిడి, శ్రమ దోపిడి, ప్రాంతీయ దోపిడి, జలాల దోపిడీ, వృత్తి దోపిడీ, పద దోపిడీ ఇలా ఒకటేమిటి అనేక దోపిడీలను తన కథల్లో నిక్షిప్తం చేశారు. హరికిషన్ కథలు ఎవరిని రెచ్చగొట్టినట్లు గాని, పరుషమైన పదజాలంతో గాని దండించేలా ఉండవు, ఆలోచింపజేస్తాయి. వృత్తి ఉపాధ్యాయుడినట్లే తన కథలన్నీ పిల్లలకు పాఠాలు చెబుతున్నట్టుగా బోధిస్తాయి. ఈ కథలనుండి మనం ఎంతో నేర్చుకోవచ్చు, విని ఊరికే అయిపోవచ్చు, అర్థం చేసుకొని ఎదగవచ్చు, ఆలోచించి ఆచరించలేక వెనకబడిపోవచ్చు, ఆనందంతో ఎగిరి గంతేసి మనసంతా హాయిగొలుపుకోవచ్చు అంతా పాఠకుడి మనోభీష్టాలకే వదిలేసే సంగతి.

హరికిషన్ గారికి అజో విబో ఫౌండేషన్ వారు అవార్డుప్రకటించిన సందర్భంగా వస్తున్న వ్యాస సంపుటికోసం రాసిన వ్యాసం.

సమాప్తం

KASTURI VIJAYAM

 00-91 95150 54998
KASTURIVIJAYAM@GMAIL.COM

SUPPORTS

- PUBLISH YOUR BOOK AS YOUR OWN PUBLISHER.

- PAPERBACK & E-BOOK SELF-PUBLISHING

- SUPPORT PRINT ON-DEMAND.

- YOUR PRINTED BOOKS AVAILABLE AROUND THE WORLD.

- EASY TO MANAGE YOUR BOOK'S LOGISTICS AND TRACK YOUR REPORTING.

www.ingramcontent.com/pod-product-compliance
Lightning Source LLC
LaVergne TN
LVHW030324070526
838199LV00069B/6554